அந்தி வானம்

AF765573

முத்துலட்சுமி ராகவன்

Made with ♥ on the Notion Press Platform
www.notionpress.com

பொருளடக்கம்

பொருளடக்கம்

1

"கோகுலத்தில் ஒருநாள் ராதை..

கோபத்தில் ஆழ்ந்திருந்தாள்

ஏனடி ராதா என்று..

என்னடி சேதி என்று

ஶ்ரீரங்க நாதன் வந்தான்.."

தெரு முனையில் இருந்த அந்தச் சிறிய பெருமாள் கோயிலில் இருந்து ஒலிபெருக்கியில் பாடல் ஒலித்துக் கொண்டிருந்தது... வாசலில் கோலம் போட்டுக் கொண்டிருந்த யமுனாவின் பக்கத்தில் நின்று கோலத்தை வேடிக்கை பார்த்துக் கொண்டிருந்த மாளவிகா வாய்விட்டுச் சிரித்தாள்..

"என்னடி சிரிக்கிற..?" மகளை நிமிர்ந்து பார்த்துக் கேட்ட யமுனா அழகாக இருந்தாள்..

குளித்து முடித்து.. ஈரக் கூந்தலின் நுனியில் முடிச்சிட்டு மங்கலகரமான அழகுடன் புள்ளிக் கோலம் போட்டுக் கொண்டிருந்த தாயைப் பார்க்கும்போது மாளவிகாவிற்குப் பெருமையாக இருந்தது..

"ஏம்மா நீ இவ்வளவு அழகா இருக்கிற..?"

"நான் என்ன கேட்டேன்.. நீ என்ன பதில் சொல்கிற..?"

"போம்மா.. என் காலேஜ் பிரண்ட்ஸெல்லாம் உன்னை என் அம்மான்னே ஒப்புக்க மாட்டேங்கிறாங்க.."

"பின்னே.. நான் வேறு யாராம்..?"

"உன் அக்கா உன்னை விட செம அழகுடிங்கிறாங்க.."

"போடி அரட்டை.. யாராச்சும் அம்மாவைப் போய் அக்காம்பாங்களா..?"

"என் பிரண்ட்ஸ் சொல்வாங்க.."

"உன் பிரண்ட்ஸ் எப்படியிருப்பாங்க.. உன்னைப் போலத்தானே இருப்பாங்க.."

அதிகாலைக்கே உரிய ஈரமான குளிர்காற்று அவர்களின் மேனியைத் தொட்டுத் தழுவிச் சென்றது.. ஒலிபெருக்கியில் பாடல் தொடர்ந்து கொண்டிருந்தது..

"கோபியர் தன்னைத் தொட்டுக்
கொஞ்சிய கைகள் எந்தன்
கூந்தலைத் தொட வேண்டாம்
நான் கோடியில் ஒருத்தியல்ல.."

மாளவிகாவின் விரல்கள் வாசல் கேட்டின் மீது தாளம் போட்டன..

"பெண்டாஸ்டிக் சாங்.. பட்.. எப்படித்தான் சமாளிச்சாரோ.." என்றாள்..

"யாரைச் சொல்ற..?" கோலத்தில் கவனமாக இருந்த யமுனா கேட்டாள்..

"எல்லாம் நம்ம கிருஷ்ணன்தான்.."

"எதிர் வீட்டு அண்ணனையா பெயர் சொல்லிச் சொல்கிற..?"

"நீ வேற. .நான் தெருமுனைக் கோயிலில் இருக்கிற கண்ணனைச் சொல்கிறேன்ம்மா.."

"ஏண்டி... பெருமாள் சமாளிச்சதைப் பற்றியா இப்ப நீ பேசற..?"

"ஆமாம்.. அதுக்கென்ன.."

"இந்த உலகத்தையே காக்கும் கடவுள் அவர்.. அவரைப் போய் எப்படித்தான் சமாளிச்சாரோன்னு கேட்டு வைக்கிறயே.. எதைச் சமாளிச்சதைப் பற்றிக் கேட்கிற..?"

"அதுதான் ராதையே சொல்கிறாங்களே.."

"எந்த ராதை..?"

"பக்கத்து வீட்டு ராதையில்லை.. பாட்டுப் பாடிக் கொண்டிருக்கும் ராதை.."

"கோயிலில் பக்திப் பாட்டுப் போட்டால்.. அதைக் கேட்டு நீ சிரிச்சுக்கிட்டு நிற்கிற.. உன்னை என்ன செய்தால் தேவலாம்..?"

"ஏம்மா.. என் மேல என்ன தப்பு..? அவனவன் ஒரு காதலியையே மெயின்டெயின் பண்ண முடியாமல் விழிபிதுங்குகிறான்.. இந்த லட்சணத்தில் நம்ம கண்ணன்.. கோடிப் பெண்களை காதலிச்சிருக்கார்.. அப்புறம் எப்படிச் சமாளிச்சாருன்னு நான் கேட்பேனா.. மாட்டேனா..?"

"அவர் கோடிப் பெண்களை காதலிச்சாருன்னு உனக்கு யார் சொன்னது..?"

"ராதைதான்.."

"ஆமாம்.. ராதை உன் கனவில் வந்து சொல்லுச்சா.."

"இப்ப பாட்டிலே சொன்னாங்களேம்மா.."

"என்ன சொன்னாங்க.."

"நான் கோடியில் ஒருத்தியில்லைன்னு சொன்னாங்க.."

"உன் கூடப் பேசி ஜெயிக்க என்னால் முடியாது.. வா.. போகலாம்.."

"அப்ப காலை காபி கட்டா..?"

"ஏண்டி அப்படிச் சொல்கிற..?"

"பால் பாக்கெட் போடுகிற பையன் வருகிறானேம்மா.. நீங்க அதை வாங்காம.. வா போகலாம்ங்கிறீங்க.."

மகள் பேசியதை ரசித்துச் சிரித்தாள் யமுனா.. பால் பாக்கெட்டைக் கையில் எடுத்துக் கொண்டு அவள் உள்ளே போக.. மாளவிகாவும் தொடர்ந்தாள்.. சமையலறையில் கேஸ் ஸ்டவ்வை பற்றவைத்த யமுனா.. பால் பாத்திரத்தை எடுத்து அடுப்பில் வைத்து பாக்கெட்டை கட்பண்ணி பாலை ஊற்றுவதை வேடிக்கை பார்த்துக் கொண்டிருந்தாள் மாளவிகா..

"காலையில் படிக்கிற நல்ல பழக்கமெல்லாம் கிடையாதா..?"

"ஊகும்.. அதையெல்லாம் பாப்பாதான் செய்யணும்.."

"பாப்பாதான் செய்யணுமா..? இது என்னடி புதுக்கதையாயிருக்கு.."

"புதுக்கதை இல்லைம்மா.. பழைய கவிதை.. நம்ம பாரதி கவிதை.."

"ஊம்.. வாசலில் பாட்டை வம்புக்கு இழுத்த.. இப்ப கவிதையைக் கட்டி இழுக்கப் போறயா..? நடத்து.. நடத்து.."

"என்மேல குற்றம் சொல்லி என்ன பிரயோஜனம்மா.. பாரதிதானே பாப்பாபாட்டு பாடினார்..?"

"என்னன்னு பாடினார்..?"

"காலை எழுந்தவுடன் படிப்பு - பின்பு
கனிவு கொடுக்கும் நல்ல பாட்டு..
மாலை முழுதும் விளையாட்டு - என்று
வழக்கப் படுத்திக் கொள் பாப்பா.."

"ஆக.. பாப்பாக்கள்தான் காலையில் படிக்கணும்.. டீன்ஏஜ் பொண்ணுக எல்லாம் வெட்டியாய் அரட்டை அடிக்கணும்ங்கிற..?"

"அம்மா.. இது அபாண்டம் - நான் என்ன வெட்டியாகவா அரட்டை அடிக்கிறேன்..?"

"பின்னே இல்லையா..?"

"இல்லை.. என் செல்ல அம்மாகூடப் பேசிக்கிட்டு இருக்கேன்.."

மாளவிகா யமுனாவை பின்னாலிருந்து கட்டிக் கொண்டு.. அவளது ஈரக் கூந்தலில் முகத்தைப் புதைத்து புரட்டினாள்..

"விடுடி என்னை.. குளிக்காமல் என்னைத் தொடாதேன்னு உனக்கு எத்தனை தடவைதான் சொல்றது..?"

"அம்மாவைக் கட்டிக்க குளிக்கணுமா என்ன..?"

"இப்படியே பேசிக்கிட்டு இரு.. ஒரு வேலையும் உருப்படியாய் பண்-ணிராதே.. இந்தா காபி.."

யமுனா நீட்டிய காபிக் கோப்பையை வாங்கிக் கொண்டு.. முன் வராந்தாவுக்கு சென்று.. அங்கிருந்த சேரில் அமர்ந்து காபியை உறிஞ்-சிய வண்ணம் செய்தித் தாளைப் படிக்க ஆரம்பித்தாள் மாளவிகா..

"குட்மார்னிங் மைடியர்.."

ஜாகிங் உடுப்போடு.. லேசாக ஓடிய வண்ணமே வீட்டுக்குள் வந்த சங்கர் கையசைத்தான்..

"மார்னிங் டாடி.."

"பேப்பரில் இன்னைக்கு என்ன ஹாட் நியூஸ்..?"

மகளின் அருகே இருந்த சேரில் அமர்ந்து ஷூவையும், சாக்ஸையும் கழட்டியபடி வினவினான் சங்கர்..

"அது இருக்கு நிறைய.. உங்களுக்கு இப்ப ஹாட் நியூஸ் வேணுமா.. இல்லை ஹாட் காபி வேணுமா..?"

"பர்ஸ்ட் காபி.. நெக்ஸ்ட் நியூஸ்.."

"அம்மா.. டாடி வந்தாச்சு.."

மாளவிகா உள்ளே திரும்பி குரலைக் கொடுத்தாள்.. தந்தையிடம்தன் கையிலிருந்த பேப்பரைக் கொடுத்தாள்.

உள்ளேயிருந்து காபிக் கோப்பையோடு வந்த யமுனாவை அள்ளிப் பருகுவதைப் போல பார்த்த வண்ணம் காபிக் கோப்பையை வாங்கிக் கொண்டான் சங்கர்..

"அம்மாவை சைட் அடிப்பதை விட்டுட்டு.. பேப்பரை சைட் அடிங்க டாடி.."

மாளவிகா தன் கையிலிருந்த பேப்பரில் இருந்து பார்வையை அகற்றாமல் கூறினாள்..

"அடி வாங்கப் போகிறடி.." யமுனா செல்லமாக மகளைக் கோபித்தபடி உள்ளே சென்றுவிட..

"நீ இதையெல்லாம் எப்படிக் கண்டுபிடிக்கிற..?" என்று கேட்டு, மகளின் காதைப் பிடித்துத் திருக்கினான் சங்கர்..

"வலிக்குது டாடி.." மாளவிகா சிணுங்கினாள்..

செய்தித்தாளைப் பார்த்துக் கொண்டிருந்த சங்கரிடம் முகம் மாறியது.. தீவிரமாக செய்தித்தாளில் பார்வையைப் படியவிட்டான்..

"அப்படி எண்ணத்தை அவ்வளவு இன்ட்ரெஸ்டா படிக்கறீங்க டாடி.."

"இது இந்தியாவையே புரட்டிப் போடப் போகிற நியூஸ்ம்மா.."

"ஐ கான்ட் அக்ஸெப்ட் இட்.. ஒரு நியூஸ் பேப்பரில் வரும் நியூஸ் நாட்டையே மாற்றிவிடுமா என்ன..?"

"என்னம்மா இப்படிச் சொல்லிட்ட.. நீ போனவாரம் உன் பிரண்ட்ஸோடு ஒரு சினிமாவுக்கு போயிட்டு வந்தயே.. நினைவிருக்கா.."

"ம்ம்.. 'கோ'ங்கிற படம்.. செம தூள் படம்.. கே.வி. ஆனந்த் கேமரா அன்ட் டைரக்டர்.. ஹாரிஸ் ஜெயராஜ் மியூசிக்.. இன்னும் என் மனசு.. என்னவோ.. ஏதோன்னு துள்ளுதே.. பட்.. படத்தின் பெயருக்குத்தான் அர்த்தம் என்னன்னு பிடிபடலை.. வாட் இஸ் 'கோ..'?"

"'கோ'ன்னா 'அரசன்' அப்படின்னு அர்த்தம்.. ஆட்சி செய்கிறவனை 'கோ'ன்னு சொல்லுவாங்க.. இதுகூட தெரியாம என்னத்தை நீ படம் பார்த்த..? அந்தப் படத்தின் கதையே ஒரு நியூஸ் பேப்பரில் வேலை செய்யும் போட்டோ கிராபர்.. ஆட்சியையே எப்படி மாற்றி அமைக்கிறான் என்பதுதானே.."

"அதுவா கதை..? நான் என்னவோ.. ஹீரோவை ரெண்டு ஹீரோயின்ஸ் லவ் பண்றாங்க.. வழக்கம் போல இரண்டில் ஒருத்தி ஹீரோவுக்கு செட் ஆகிறா.. அந்த ஒருத்தியுடன் ஊர்.. ஊரா போய்க் கனவில் ஹீரோ டூயட் பாடுகிறானுல்ல நினைச்சேன்.."

சங்கர் தன் மகளைப் பார்த்த பார்வையில் இளைய தலைமுறையைப் பற்றிய கவலை இருந்தது..

"ஹைய்யோ.." என்று தலையில் கைவைத்துக் கொண்டான்..

"வாட் இஸ் தி மேட்டர் டாடி.." மாளவிகா காலை ஆட்டியபடி வினவினாள்..

"ஏம்மா.. இப்படியா ஒரு கதையை அனலைஸ் பண்ணுவ..?"

"சும்மா என்னைக் குத்தம் சொல்லாதீங்க டாடி... என் பாயிண்ட் ஆப் வியூவில்தான் நான் கதை சொல்ல முடியும்..?"

"எப்படியோ போ.."

சங்கர் மீண்டும் செய்தித்தாளில் கவனமாக.. மாளவிகா எழுந்து தோட்டத்து ரோஜாச் செடியருகே சென்றாள்.. சங்கர் தலைநிமிர்ந்து..

"இதைக் கேட்டயா மாளவிகா.." என்றான்..

"நான் கேட்கலை டாடி.." மாளவிகா பூவைப் பறித்துக் கொண்டாள்..

"ஏம்மா..?"

"நீங்க உங்களுக்கு முக்கியம்னு படுவதை எங்கிட்டச் சொல்வீங்க.. எனக்கு அது முக்கியமில்லாததாய்ப் படலாம்.. ஸோ.. ஆர்கியூமெண்டை அவாய்ட் பண்ணனும்னா.. தேவையில்லாம டிஸ்கஸ் பண்ணக்கூடாது.."

அவள் கறாராகச் சொல்லிவிட்டு உள்ளே விரைய.. மகளின் கோபம் புரிந்தவனாக மெல்லச் சிரித்துக் கொண்டான்..

"என்ன ஆச்சு..? தனக்குத்தானே சிரிச்சுக்கறீங்க.."

யமுனாவின் கேள்வியால் தலை நிமிர்ந்தவன், மனைவியைப் பருகு-வதைப் போல பார்க்க ஆரம்பித்து விட்டான்.. கணவனின் பார்வையால் முகம் சிவந்து போனாள் யமுனா..

"ஹலோ.. நமக்கு காலேஜ் போகிற பெண் இருக்கு.."

"நீ சொன்னால்தான் அது நினைவுக்கே வருது.."

"இப்படி மகளைப் பற்றிய நினைப்பில்லாம இருந்தா விளங்கிடும்.. எழுந்திருச்சு குளிச்சிட்டு வாங்க.."

"நீயும் வா.."

"எதுக்கு..?"

"எனக்கு டவல்.. சோப் இதெல்லாம் எடுத்துக் கொடுக்க வேண்-டாமா..?"

"ராமா.."

"இப்ப எதுக்குடி ஏகபத்தினி விரதனை கூப்பிடுகிற..?"

"இந்தப் பத்தினியின் புருஷனை ஏன்னு கேட்கத்தான்.."

"அவர் ஏன்னு கேட்டால்தான் நான் பதில் சொல்வேனா..? நீ கேட்-டால் சொல்லமாட்டேனா..?"

"இன்னும் உங்களுக்கு இளமை ஊஞ்சலாடினா நான் என்னதான் பண்றது..? இப்பத்தான் நமக்கு கல்யாணமாகி யிருக்கிறதா உங்களுக்கு

நினைப்பா..? கல்யாண வயசில் நமக்கு ஒரு பொண்ணு இருக்கிறா.."

"ஏண்டி.. உன்னைப் பார்த்தா மாளவிகாவுக்கு அம்மா மாதிரியா தெரியுது..?"

"பின்னே.. அத்தை மாதிரி தெரியுதா..?"

"அவளோட அக்கா மாதிரி தெரியுதுடி.."

காலையில் மகள் பேசிய அதே வார்த்தைகளை கணவனும் பேசியதும் யமுனா முகம் சிவந்தாள்..

"போதுமே.. விட்டா பேசிக்கிட்டே நிற்பீங்க.. குளிக்கப் போங்க.."

"டவல்.. சோப்..?"

"இரண்டுமே பாத்ரூமில் இருக்குது.. அந்தக்கால சினிமாவைப் பார்த்துப்புட்டு அலையறீங்க.."

"என் பெண்டாட்டி பின்னாலதானே அலையறேன்..?"

"இப்ப அதுக்கு என்னாங்கறீங்க.. குளிக்கப் போக முடியுமா.. முடியாதா..?"

"என்னடி.. திடீர்ன்னு சொர்ணாக்காவா ஆயிட்ட..?"

"இன்னும் கொஞ்சம் நேரம் பேசினால் பூலான் தேவியாவே ஆகிவிடுவேன்.. எப்படி வசதி..?"

"குளிக்க ஓடிர்றேண்டி.."

"ஆ.. அஃது அந்த பயம் இருக்கட்டும்.."

யமுனா ஒற்றை விரலை உயர்த்தி எச்சரித்தபடி சிரிக்க.. அவளது அழகிய பல் வரிசையில் மயங்கியவன் அவள் அசந்த நேரம் பார்த்து சட்டென்று அவள் கன்னத்தில் முத்தமிட்டான்...

"அப்பாவுக்கும் மகளுக்கும் குளிக்காமல் முத்தம் கொடுப்பதே வேலையாப் போச்சு.. போங்க.. போய்க் குளிங்க.." அவனை நெட்டித் தள்ளி விட்டாள் யமுனா..

"எனக்கு முன்னால் மாளவிகா முந்திக்கிட்டாளா..?" பொறாமையுடன் கேட்டபடி குளிக்கப் போனான் சங்கர்..

டைனிங் டேபிளில் காலை டிபன் பாத்திரங்களை வைத்துக் கொண்டிருந்த யமுனா..

"அம்மம்மா.. ஐ ஆம் ரெடி.." என்றபடி வந்த மகளை நிமிர்ந்து பார்த்தாள்..

ஒல்லியான உயரமான உடலமைப்பில் யமுனாவைப் போல இருந்தவள்.. நிறத்தில் யமுனாவின் வெளிர் மஞ்சள் நிறத்தைப்போல இல்லா-

மல் சங்கரின் உடைக்காத கோதுமையின் நிறத்தில் இருந்தாள்.. அடர்த்தியான நீண்ட கூந்தலில் யமுனாவைக் கொண்டிருந்தவள்.. தீர்க்கமான நாசி.. கண்களில் சங்கரின் ஜாடையை வாங்கியிருந்தாள்..

கணவனின் ஜாடையில் இருந்த மகளிடம் எப்போதும் பொங்கும் பாச உணர்வு இப்போதும் யமுனாவுக்குள் பெருக்கெடுத்தது..

மாளவிகாவை அவள் உண்டாகியிருந்தபோது.. மனைவியின் அழகில் மயங்கிய சங்கர் அடிக்கடி அவளது காதோரம் சொல்வான்..

"எனக்கு உன்னைப் போலவே குழந்தை பிறக்கணும்டி.."

யமுனா உடனே அதை மறுத்துப் பேசுவாள்..

"ஊஹூம்.. எனக்கு உங்களைப் போல்தான் குழந்தை இருக்கணும்.."

"ஏண்டி.."

"அது ஒரு தனி சுகம் அத்தான்.. நாளைக்கு என் குழந்தையைப் பார்த்து.. அச்சு அசல் அப்பா ஜாடைன்னு சொல்லும்போது எனக்குள் உண்டாகும் சந்தோஷத்துக்கு எதுவுமே ஈடாகாது.."

"புரியலை.."

"அது உங்களுக்குப் புரியாது.. பெண்களுக்குப் புரியும்.. இதோ உங்கள் பிள்ளை.. உங்கள் ரத்தம்.. உங்கள் பிள்ளையை நான் பெற்றுக் கொடுத்துட்டேன்னு பெருமையா நான் சொல்லிக்கணும்.."

"யமுனா.."

சங்கர் மனைவியின் அதீதக் காதலில் கரைந்து போனான்...

யமுனாவின் ஆசைப்படியே மாளவிகா வந்து பிறந்தாள்.. அச்சு அசல் சங்கரின் ஜாடையில் இருந்த மகளைப் பார்க்கும் போதெல்லாம் யமுனாவுக்குள் பாசம் பிரகாசமாய் பொங்கி எழுந்து..

"இவள் என் சங்கரின் மகள்.. நான் பத்து மாதம் வயிற்றில் சுமந்து பெற்ற எங்களின் மகள்.."

என்றும் போல இன்றும் வாஞ்சையுடன் அவள் சிரித்தாள்..

"காலேஜுக்கு கிளம்பிட்டியாடி செல்லம்.. வா.. வந்து சாப்பிடு.."

"ஏம்மா.. என் பெயர் செல்லமில்லை.. மாளவிகான்னு எத்தனை தடவைதான் உங்ககிட்டச் சொல்கிறது..?"

"எனக்கு நீ செல்லம்தான்.. தங்கம்தான்.. கண்ணம்மாதான்.."

"நான் குளிக்கலைன்னா திட்டு.. குளிச்சிட்டு வந்தா கொஞ்சு.. உன் கொஞ்சல் எதுவும் எனக்கு வேணாம் போ.. உன் பேச்சு காய்.."

மாளவிகா குழந்தை போலப் பேசுவதைக் கேட்ட யமுனாவின் புன்னகை அதிகரித்தது..

2

சங்கர் பூஜையறையில் கடவுள் படங்களை வணங்கிவிட்டு... ஹாலுக்கு வந்து... மாலை சூட்டப் பட்டிருந்த தம்பதிகளின் படங்களின் முன்னால் கண்மூடி நின்றான்..

டைனிங் ஹாலில் அமர்ந்திருந்த மாளவிகா திரும்பி அவனைப் பார்த்தாள்..

"பேசாமல் அப்பாவுக்கு கண்ணன்னு பெயர் வைத்திருக்கலாம்மா.." என்று யமுனாவிடம் சொன்னாள்..

"ஏண்டி.. அப்பா பெயருக்கு என்ன குறைச்சல்..?"

"அவர் பெயரைச் சொல்ல மாட்டியே.."

"அதான்.. எனக்குப் பதில்.. அவர் பெயரைச் சொல்வதற்கு நீ வந்து பிறந்திருக்கிறாயே.. அப்புறம் என்ன...?"

"அது ஒரு குறையா உனக்கு..? பெயர் சொல்லத் தான் பிள்ளைம்மா.."

"இந்த வாயில் ஒன்றும் குறைச்சல் இல்லை.. அப்பா பெயரைப்பற்றி ஏன் அப்படிச் சொன்ன..?"

"கண்ணன்தானே இரண்டு வீட்டுப் பிள்ளை..?"

யமுனா மௌனமானாள்.. அவளுக்கு கணவனின் சிறு வயதுப் பிராயத்தை நினைத்து இரக்கம் மேலிட்டது..

"என்னம்மா.. பிளாஷ்பேக்கா..?"

மாளவிகா யமுனாவின் நெற்றியின் முன்னால் ஆள்காட்டி விரலை நீட்டி.. காற்றில் வளையம்.. வளையமாக போட்டாள்..

"என்னடி செய்யற..?"

"பிளாஷ் பேக்குன்னு வந்தால்.. நெற்றி மையத்தில் இப்படி வளையம்.. வளையம்மா வரணும்.."

"எப்படி..?"

"அதுகூடத் தெரியாதா.. இந்த முயல்கூட போட்டி போட்டு ஜெயிச்சிச்சே.."

"ஆமையைச் சொல்கிறாயா.."

"பரவாயில்லையே.. உனக்கு அழகோடு அறிவும் கொஞ்சம் இருக்கு.."

யமுனா இமைக்காமல் மகளைப் பார்க்க.. அவள் கைகளை உயர்த்திச் சிரித்தாள்..

"பஸ்.. பஸ்.. இப்ப எதுக்கு என் அழகு அம்மாவுக்கு இவ்வளவு கோபம்..?"

"நீ அடிக்கிற ராவடிக்கு கோபம் வராம சந்தோசம் கொப்பளிக்குமா..?"

"அதைவிடு.. நம்ம ஆமை மேட்டருக்கு வா.."

"நீ அதை இன்னிக்குள்ள சொல்லி முடிப்பேன்னு எனக்கென்வோ தோணலை.."

"தொடரும் போடறதுக்கு இது என்ன மெகா சீரியலா..? சார்ட் ப்லிம் அம்மா.. நீ கேளேன்.."

"கேட்டுக்கிட்டுத்தான் இருக்கிறேன் சொல்லு.."

"ஆமை படம் எதில் போட்டிருக்கும்..?"

"என்ன.. கொசுவர்த்திச் சுருள் விளம்பரத்தில் போட்டிருக்கும்.."

"ஹைய்யோ.. எப்படிம்மா நீ இவ்வளவு புத்திசாலியா ஆன..?"

யமுனா ஓர் முறை.. முறைக்க.. மாளவிகா குலுங்கிச் சிரித்தாள்..

"ஜோக்கையெல்லாம் சீரியஸா எடுக்கக் கூடாதாம்மா.."

"கொசுவர்த்தி விளம்பரத்தைப் பற்றி எதுக்குடி இப்பச் சொல்ற..?"

"அது கொசுவைத்தான் விரட்டும்..?"

"என்னை விரட்டாதுன்னு சொல்கிறயா..?"

"நான் இல்லைன்னு சொல்ல மாட்டேன்.."

"ம்ஹூம்.. ஒவ்வொருத்தர்.. ஐந்து மகள்களைப் பெற்றாலும் சீராட்டிப் பாராட்டி வளர்க்கிறாங்க.. நான் ஒற்றை மகள்.. எனக்கு இந்த நிலைமையா..?"

"அவரவர் ஐந்து மகள்களைப் பெற்று அருமையா வளர்க்கிறாங்க.. நீங்க ஒற்றைமகளுக்கு இந்தப் புலம்பு புலம்புவீங்களா..?"

"இந்தக் காலத்தில் ஒரு மகளைப் பெற்று வளர்க்கவே.. உன்பாடு.. என் பாடுன்னு இருக்கு.. இதில் ஐந்து பெண்ணைப் பெற்று வளர்த்த அந்த அப்பிராணி யாருடி..?"

"நம்ம சிதம்பரம் பிள்ளைதான்.."

"யாரு.. கப்பலோட்டிய தமிழனா..?"

"ஹூம்.. மெட்டிஒலி சிதம்பரம்.."

யமுனாவிற்கு சிரிப்பு வந்துவிட்டது.. மகளின் காதைப் பிடித்து திருக்கினாள்..

"ஒருநாளைக்கு நீயும்.. அப்பாவும் எத்தனை தடவை தான் என் காதைப் பிடித்துத் திருகுவீங்க.. அழகான என் காது.. இப்படித் திருகித் திருகியே.. கழுதைக்காது போல ஆகிவிடப் போகுது.."

"அந்த பயமிருந்தா வாலைச் சுருட்டிக் கொண்டு இரு.."

"அதெப்படி முடியும்..?"

"முடியாட்டி உன் காது இப்படித்தான் ஆகும்.. அதுசரி.. கொசுவர்த்தி விளம்பரத்தை எதுக்கு இழுத்தே..?"

"பிளாஷ்பேக் வளையத்துக்குள் குதிக்கத்தான்.."

அதுவரை மகளுடன் சிரித்துப் பேசிக் கொண்டிருந்த யமுனா.. கணவனைத் திரும்பிப் பார்த்தாள்.. அவன் இன்னமும் கண்விழிக்க-வில்லை..

"செம சீரியஸா இரண்டு அப்பாம்மா கிட்டேயும் மனசுக்குள்ளேயே பேசிக்கிட்டு இருக்கார்.." என்றாள் மாளவிகா..

யமுனா பதில் சொல்லாமல் கனிவுடன் கணவனைப் பார்த்தாள்..

"அப்படி என்னதான் பேசுவார்..?" மாளவிகா வினவினாள்..

"பேசாமல் இரு.." என்றாள் யமுனா..

"அப்பா பாவம்.. இல்லையாம்மா.." மாளவிகா கேட்டாள்..

"பாவம்தான்.." மெலிந்த குரலில் சொன்னாள் யமுனா..

"சின்ன வயசிலேயே அப்பாம்மா செத்துப் போயிட்டா.. அந்தக் குழந்தையின் நிலைமை என்ன ஆகும்..?" மாளவிகாவின் கண்கள் கலங்கின..

அவள் நகர்ந்து தாயின் தோள் மேல் சரிந்து கொண்டாள்.. மகளின் மனம் பதறுவதை உணர்ந்த யமுனா, ஆதரவாக மாளவிகாவின் முடி-யைக் கோதிவிட்டாள்..

மகளின் கேள்வியில் அவளது மனம் நிலை கொண்டிருந்தது.. சின்னஞ்சிறு வயதில் தாய் தந்தையை இழந்த குழந்தையின் நிலை என்ன ஆகும்..?

அவளுடைய கணவன் சங்கர் அநாதரவாக நின்ற நிலைதான் ஆகும்..

அப்படி அவன் அநாதரவாக நின்றபோது.. அவனைத் தூக்கிக் கொண்ட கரங்கள் அவனுடைய சித்தப்பா வரதராஜனின் கரங்கள்..

"ஏண்டா கண்ணா அழறே.. உனக்கு அப்பாதான் செத்துப் போயிட்டாருடா.. சித்தப்பா இன்னும் உசிரோடு தான் இருக்கிறேன்.. உன்னை நான் வளர்க்கிறேண்டா.. இனி உனக்கு நான்தாண்டா அப்பன்.."

சங்கரின் அப்பா கோவிந்தராஜனும்.. தாய் கமலமும்.. ஆட்டோவில் சென்று கொண்டிருந்தபோது.. எதிரே வந்த லாரிமோதியதில்.. அந்த இடத்திலேயே இறந்துவிட... தாய்.. தகப்பனை இழந்து.. திக்குத் தெரியாத காட்டில் வழி தப்பிவிட்ட குழந்தையைப் போல.. சங்கர் திகைத்து நின்றபோது.. அரவணைத்துக் கொண்டவர் வரதராஜன்..

அவருக்காவது ரத்த பாசம்.. கூடப் பிறந்த அண்ணனின் மகன் என்ற நினைவு.. அவரது மனைவி கோதை நாச்சியாருக்கு எப்படி அவன் மேல் பெற்ற தாயைப் போன்ற பாசம் வந்தது..?

"சித்தின்னு கூப்பிடாதே சங்கர்.. நீ என் மூத்தபிள்ளை.. அம்மான்னு கூப்பிடு.." கோதையின் வார்த்தைகள் கருணையோடு வெளிவந்தன..

தாயற்ற சிறுவனுக்கு அந்த வார்த்தைகள் பாலைவனச் சோலையாக மாறாதா..? சுடுமணலில் நடந்து வந்தவனுக்கு இளைப்பாறக் குளிர்நிழல் கிடைத்தது.. அவன் சித்தப்பா.. சித்திக்கு தத்துப்பிள்ளையானான்..

ஒருநாள்கூட வரதாஜனும்.. கோதை நாச்சியாரும்.. அவளுக்கும் அவர்கள் பெற்ற.. பூங்கொடிக்கும் இடையே வித்தியாசம் பார்த்ததில்லை.

"பூங்கொடி.. அண்ணனுக்கு காபி கொடு.."

"பூங்கொடி அண்ணன் டிரஸ்ஸை அயர்ன் பண்ணு.."

"பூங்கொடி.. அண்ணனுக்கு சாப்பாடு போடும்மா.."

ஒரு வீட்டில் மூத்தவனுக்கு பணிவிடை செய்ய இளையவளை ஏவுவதைப் போல.. இயல்பாக தான் பெற்ற பெண்ணிடம் கூறி வளர்த்தாள் கோதை நாச்சியார்..

பூங்கொடியும் அவனிடம் ஒட்டிக் கொண்டாள்.. ஒருநாள்கூட சங்கரை அவள் பெரியப்பா மகனாக நினைத்த தில்லை.. உடன் பிறந்த

சகோதரனாகவே நினைத்தாள்..

அவளுடைய பள்ளியில் நடக்கும் நிகழ்ச்சிகளைப் பற்றிப் பகிர்ந்து கொள்ளும்போது.. அவன் அவளுக்கு ஒரு தோழனாக மாறினான்..

"என்கூட ரேணு சண்டை போட்டாள் அண்ணா.."

"எதுக்காம்..?"

"அவ ஸ்கேல் கேட்டப்ப.. நான் உடனே கொடுக்கலையாம்.."

"நீயும் கொடுத்திருக்க வேண்டாமா..?"

"நான் டயாக்ரம் வரைஞ்சுக்கிட்டு இருந்தேன்.. அதை முடிக்காம அவகிட்ட கொடுக்க முடியுமா..?"

"நியாயம்தான்.. இதை அவள்கிட்டச் சொன்னாயா..?"

"சொன்னேன்தான்.. அவ முறுக்கிக்கிட்டுப் போயிட்டா.."

"போகுது விடு.. ஆக்சுவலா.. இதுக்கு விளக்கம் சொல்லாமலே அவளுக்குத் தெரிந்திருக்கணும்.."

"தெரியாம இருக்குமா..? அவ கர்வி அண்ணா.. நான் கேட்டு நீ கொடுக்காம இருக்கிறதான்னு ஒரு தலைக்கனம்.."

"அப்படிப்பட்ட பெண் உன்கிட்ட முறைச்சுக்கிட்டுப் போனா.. உனக்கு லாபம்தான்.. நஷ்டமில்லை..."

பள்ளி நாள்களில் பகிர்ந்து கொண்டதைப் போல.. கல்லூரி நாள்களின் நிகழ்வுகளையும் பகிர்ந்து கொள்ள ஆரம்பித்தபோது.. தங்கை வளர்ந்து விட்டதைப் புரிந்து கொண்டான் சங்கர்..

அவள் பகிர்ந்து கொள்ளும் செய்திகள் வேறாக மாறியிருந்தன.. ஒருநாள் அவள்.. தன் காதலைப் பற்றித் தமையனிடம் பகிர்ந்து கொண்டாள்..

"பிரசன்னா எனக்கு லவ் லெட்டர் கொடுத் தாண்ணா.."

"நீ என்ன செய்தாய்..?"

"பிரிச்சுப் படித்தேன்.."

"அப்புறம்..?"

"என் அலமாரியில் துணிக்கடியில் பத்திரப் படுத்திட்டேன்.."

தங்கை அந்தக் கடிதத்தை சுக்கு நூறாய் கிழித்து எறியவில்லை என்பதை கவனத்தில் கொண்டான் சங்கர்.. அவன் மனம் கவலை கொண்டது..

அவள் சொன்ன பிரசன்னாவைப் பற்றி அவன் நன்கு அறிவான்.. குடிகாரன்.. ரௌடி.. பொறுக்கி..

எப்படி.. இப்படிப்பட்ட ஒரு அயோக்கியனைப் போய்த் தங்கை காத-லித்தாள் என்று அவனுக்கு அதிர்ச்சியாக இருந்தது..

பூங்கொடி.. பெயருக்கேற்றார்போல.. பூப்போன்ற மனதையுடையவள்.. அவள் பிரசன்னாவின் கைகளில் அகப்பட்டால்.. குரங்கு கையில் பூமாலை அகப்பட்டதைப் போலத்தான்..

பெற்றவர்களில்லாத தன்னை.. பெற்றவர்களைவிட பாசத்துடன் பேணி வளர்த்த சித்தப்பா - சித்தியிடம் இந்த விஷயத்தை எப்படிச் சொல்வது என்று தவித்துப் போனான் சங்கர்..

சொன்னால்.. அவர்கள் தாங்கிக் கொள்வார்களா..?

3

ஒருபுறம்.. பெற்றவர்களை விட மேலாகப் பாசத்தைக் கொட்டி வளர்த்த சித்தப்பாவும்.. சித்தியும்.. மறுபுறம்.. ஒன்றுவிட்ட சகோதரனிடம் உடன் பிறந்த தங்கையாய் அன்பு காட்டிக் கொண்டிருக்கும் தங்கை.. இரண்டு வகையான பந்தங்களுக்கு இடையே சிக்கித் தவித்தான் சங்கர்..

உடன் வளர்ந்த அண்ணனிடம் எதையும் மறைக்காமல் கொட்டிவிடும் தங்கையை எப்படி காட்டிக் கொடுப்பது என்று அவனுக்குப் புரியவில்லை..

தோழனைப் போல நினைத்து தன் மனதைத் திறந்து கொட்டிய அவளின் நம்பிக்கையைச் சிதைப்பதா..?

அதே சமயம்... அயோக்கியர்களிலேயே கடைந் தெடுத்த அயோக்கியனைப் போய் காதலித்து வைத்திருக்கும் தங்கையின் காதலை ஆதரிப்பதா..?

ஒரு பாசமுள்ள அண்ணனாகப் பரிதவித்தான் சங்கர்.. தங்கைக்குப் புத்திமதி சொல்ல எவ்வளவோ முயன்றான்..

"நம் குடும்பக் கௌரவத்தைப் பற்றி உனக்கே தெரியும் பூங்கொடி.."

"இதையெதுக்கு இப்போ சொல்கிற அண்ணா..?"

"அதை நீ பாதுகாக்க வேண்டாம்.. காலடியில் போட்டு மிதிச்சு.. நொறுக்காம இருக்கலாமில்லையா..?"

"காதலிப்பது நம் குடும்ப கௌரவத்தை உடைச்சு நொறுக்கி விடுமா..? நீ நியாயமாக பேசு அண்ணா.."

"அம்மாடி.. அவன் உன்னைப் பெண் கேட்டு வந்தால்.. அப்பா நெஞ்சைப் பிடிச்சுக்கிட்டு உட்கார்ந்து விடுவார்ம்மா.."

"ஏன் அப்படிச் செய்யணும்..? பொழுது போக்கிற்காகக் காதலிக்காம... உண்மையா... காதலிச்சிருக்காருன்னு சந்தோஷமில்ல

படணும்..?"

பூங்கொடியின் கேள்வியைக் கேட்டுச் சங்கருக்குச் சிரிப்பதா இல்லை அழுவதா என்று தெரியவில்லை..

"முட்டாள் போலப் பேசாதே பூங்கொடி.."

"காதல் அறிவான விசயமில்லைன்னு சொல்கிறயா..?"

"காதலிப்பவன் எப்படிப்பட்டவன்னு யோசிச்சு காதலிக்க வேணாமா..?"

"கணக்குப் போட்டு வருவதற்குப் பெயர் காதலாகுமா..?"

"விதண்டாவாதம் பண்ணி உன் தலையில் நீயே மண்ணை அள்ளிப் போட்டுக்காதே பூங்கொடி.."

"எனக்கு அதெல்லாம் தெரியாது அண்ணா.. இந்தப் பிறவியில் அவர் மட்டும்தான் எனக்குப் புருஷனா வரமுடியும்.. அதுமட்டும்தான் தெரியும்.."

வாழ்ந்தால் அவரோடுதான் வாழ்வேன் என்று சொல்லிவிட்ட தங்கையின் மனத்தை மாற்ற எவ்வளவோ போராடிப் பார்த்தான் சங்கர்.. பூங்கொடி அசைந்து கொடுக்க வில்லை..

"அம்மாவிடம் இதைச் சொல்லாமல் என்னால் மறைக்க முடியாது பூங்கொடி.."

"உன்னை நான் மறைக்கச் சொல்லலையே அண்ணா..?"

"ஏன் என்னை இப்படிச் சோதிக்கிறம்மா.. இந்த அண்ணன் மேல் கொஞ்சம் கருணை காட்டு.."

சங்கரின் விழிகள் இறைஞ்சியதைக் கண் கூடாகக் கண்டாள் பூங்கொடி.. அவனது கரங்களைப் பிடித்து அதில் கண்களை ஒற்றிக் கொண்டவளின் முகத்தில் உண்மையான கருணை தெரிந்தது..

"நீ நல்லவன் அண்ணா.."

"ஆனால் பிரசன்னா கெட்டவன் பூங்கொடி.."

"பிறக்கும்போதே ஒருவன் கெட்டவனாக பிறப்ப தில்லை அண்ணா.."

"இப்ப அவன் இப்படி நிற்கிறானேம்மா.."

"நான் அவரை மாற்றுகிறேன்.."

"எப்படி..?"

"அவரைக் கல்யாணம் பண்ணிக்கிட்டு மாற்றிக் காட்டுவேன்.."

"அதுக்காக உன் வாழ்வைப் பணயம் வைக்கப் போகிறாயா..?"

"ஹூம்.. மனசுக்குப் பிடித்தவரோடு சேர்ந்து வாழ்வது.. வாழ்வைப் பணயம் வைக்கும் செயலாகுமா அண்ணா..?"

தான் பார்க்க வளர்ந்த தன் சின்னஞ்சிறு தங்கையா இவ்வளவு பெரிய பேச்சையெல்லாம் பேசுகிறாய்..? என்று ஆச்சரியப்பட்டுப்போ-னான் சங்கர்..

இந்த மனவளர்ச்சியை நினைத்து சந்தோசப்பட்டுக் கொள்வதா.. இல்லை துக்கப்பட்டு நிற்பதா என்று திகைத்து நின்றான்..

வரதராஜனிடம் இந்தச் செய்தியைக் கூறினால் அவர் முதலில் என்ன நடவடிக்கை எடுப்பார் என்று யோசித்தான்.

ரத்தம் கொதிக்க பிரசன்னாவைத் தேடிப்பிடித்து அவன் சட்டையைப் பிடித்து நான்கு கேள்விகள் கேட்பாரென்று தோன்றியது..

பெற்ற மகனுக்கு.. மகனாகத் தானிருக்கும்போது தட்டிக்கேட்க சித்-தப்பாவைச் செல்ல விடுவதா என்ற ஆவேசம் அவனுக்குள் கிளர்ந்தது..

வரதாஜனுக்குப் பதில் சங்கர் பிரசன்னாவைத் தேடிச் சென்று அவன் சட்டையைப் பிடித்தான்..

"பொறுக்கி ராஸ்கல்.. நீ விளையாடிப் பார்க்க என் தங்கையின் வாழ்க்கைதான் கிடைத்ததா..?"

"கையை எடுடா.." அவன் சிவந்த விழிகளால் முறைத்தான்..

"என் தங்கச்சி மனசைக் கலைத்து வைத்திருக் கிறாயேடா பாவி.."

"இதோ பார்.. நீ அவளுக்கு பெரியப்பன் மகன் தான்.. சும்மாகூடப் பிறந்தவனைப் போல சீனைப் போடாதே.."

"கூடப் பிறக்கலைன்னாலும்.. அவள் என்கூடப் பிறந்தவளைவிட மேலானவள்டா.."

"இப்ப அதுக்கு என்னாங்கிற..? வேணும்னா உன் தங்கச்சிய தூங்க வைச்சு.. மலர்ந்தும் மலராமல்ன்னு தலைமாட்டில் நின்னுக்கிட்டு பாட்-டுப்பாடு.. யாரு வேணாம்னது..?"

"உனக்கு எங்க பாசம் கேலியாகப் போச்சா..?"

"மதிக்கணும்னுதான் நானும் ஆசைப்படறேன்.. எங்கே.. நீதான் மாமன்.. மச்சான் உறவு கொண்டாட வரவே மாட்டேங்கிறியே.."

"உன்கூடவெல்லாம் உறவு கொண்டாட முடியாது.."

"வேணாம்.. நான் கேட்கலை.. உன் உறவு முறையை நீயே வைச்-சுக்க.. இப்ப எதுக்கு என் சட்டையைப் பிடிக்க வர்றே..?"

"உன்னை வெட்டிப் பொளந்து போட்டாத்தான் என் மனசு ஆறும்டா.."

"உன் தங்கச்சி... கல்யாணம் பண்ணிக்காமலே விதவையாகிடுவா.. பரவாயில்லையா..?"

"டேய்ய்ய்.."

"கத்தாதேடா.. நான்தான் குடிகாரன்.. பொறுக்கி.. உன் தங்கை யாருடா..? ஒன்னை நினைச்சா.. அதிலேயே நிற்கும் ரகமில்லையா..? முடிஞ்சா உன் தங்கச்சியை வேறு ஒருத்தனைக் கட்டிக்க சம்மதிக்க வைச்சுப்பாரு.."

"அவ சம்மதிச்சுட்டா..?"

"நான் குறுக்கே வரவே மாட்டேன்.. ஆனால்.. அவ சம்மதிக்க-லைன்னு வை.. அவளை வீடு புகுந்து தூக்கிக் கிட்டுப் போய்த் தாலி-கட்டுவேன்.. குறுக்கே நீ வந்தாலும் சரி.. உன் சித்தப்பா வந்தாலும் சரி.. வெட்டிப் போட்டிடுவேன்.."

"எங்க கை பூப்பறிக்குமா..?"

"அது பூப்பறிக்குமா.. இல்லை காய் பறிக்குமான்னு எனக்குத் தெரி-யாது.. நான் ஏன் உன்கிட்ட நல்ல குணமா நின்னு பேசிக்கிட்டு இருக்-கேன்னு உனக்கும் தெரியாது.."

"அதையும் உன் கேடுகெட்ட வாயாலே சொல்லித் தொலைடா.."

"என்னையும் ஒருத்தி காதலிக்கிறாள்.. நீ அவளுக்கு அண்ணன்கா-ரனா போயிட்ட.. அதனாலதான் உன்னை நான் உயிரோடு விடறேன்.. இதுவே வேறு ஒருத்தன் என் சட்டையைப் பிடிச்சிருந்தான்னு வை.. இந்நேரம் பிடிச்ச கையை வெட்டிப் போட்டிருப்பேன்.."

பிரசன்னாவின் இந்தப் பதில் சங்கரை யோசிக்க வைத்தது.. அவனு-டன் நடந்த பேச்சு வார்த்தையில் ஒன்று மட்டும் சங்கருக்குத் தெளிவா-கப் புரிந்தது..?

பிரசன்னா பூங்கொடியை மதித்தான்.. அவளது காதலை மதித்தான்.. அவளது காதலுக்காக தன் இயல்பான முரட்டுத்தனத்தையும்.. ரௌடித்-தனத்தையும் முதன் முதலாக கைவிட்டிருக்கிறான்..

ஒரு அயோக்கியனை.. ஒரு மென்மையான பெண்ணின் காதல் இந்த அளவுக்கு மாற்றுமானால்.. பூங்கொடி சொல்லும் முழுமையான மாற்றம்.. எதிர்காலத்தில் அவனிடம் வருவதற்கான சாத்தியம் இருக்கி-றதே..

சங்கர் பிரசன்னாவின் முகத்தையே யோசனையாக பார்த்தபடி அவனது சட்டையை விட்டான்..

தன் சட்டையின் சுருக்கங்களை நீவி சரி செய்து கொண்டபடி சங்கரைப் பார்த்தான் பிரச்சனா..

"என்ன முறைக்கிற..? உன் தங்கச்சியை எனக்குக் கட்டிக்குடு.. அதைத்தவிர உனக்கு வேறு வழியே இல்லை.."

"அவளைக் கட்டிக்க உனக்கு என்னடா யோக்கியதை இருக்கு..?"

சங்கர் மீண்டும் ரௌத்திரமாக.. அவனுக்கு நேர்மாறாக பிரசன்னா.. ஐஸ் கட்டியைப் போல அமைதியாக சிரித்தான்..

"பொறு மச்சான்.. இப்ப என்னத்துக்கு இவ்வளவு டென்ஷனாகிற..? உன் தங்கச்சிய கட்டிக்க எனக்கு ஆம்பளைங்கிற யோக்கியதை இருக்கு.. நாளைக்கே தாலிகட்டினா.. அடுத்த பத்தாவது மாசத்தில் உன்னை நான் தாய் மாமனாக்கிக் காட்டறேன்.. அது போதாதா..?"

பிரசன்னாவின் மேல் கொஞ்சமாக வந்திருந்த மரியாதை மீண்டும் காற்றில் பறந்து போக..

"டேய்ய்.." என்று முஷ்டியை மடக்கி விட்டான் சங்கர்..

"நான்தான் உன்கூட சண்டை போடணும்கிற உத்தேசத்திலேயே இல்லையே.. அப்புறம் எதுக்கு வேஸ்டா நீ சவுண்டைக் கொடுத்துக்கிட்டு இருக்க..? போ.. மச்சான்.. போ.."

அவன் 'ஜெயம்' திரைப்படத்தில் வரும் கதாநாயகியைப் போல கை நீட்டிச் சொல்ல.. சங்கர் செய்வதறியாதவனாய்ப் பல்லைக் கடித்தான்..

"இங்கே பாரு மச்சான்.. குன்னூருக்குப் பக்கத்திலே சொந்த வீடு இருக்கு.. தோட்டம் இருக்கு... தொழில் இருக்கு... சென்னைக்குப் பஞ்சம் பொழைக்க வந்த பயலில்ல நானு.. தொழில் பண்ண வந்தேன்.. எங்க ஊரைவிட இங்கே அதிகமாக குஷாலா இருக்க முடிஞ்சுச்சு.. ஜாலியா வாழ்க்கையை அனுபவிச்சேன்.. நீ உன் தங்கச்சிய கட்டிக்குடு... நான் குன்னூருக்கே மூட்டையைக் கட்டிடறேன்.."

4

பிரசன்னாவிடம் பணம் இருந்தது.. சொத்து இருந்தது.. வசதி இருந்தது.. சொந்தமாகப் பெரிய வீடு இருந்தது.. தொழில் இருந்தது..

இத்தனையும் இருந்தும் அவனுக்கு தங்கையைக் கொடுக்க சங்கர் பயந்தான்.. ஏனென்றால் கூடவே பிரசன்னாவிடம் உலகத்தில் இருக்கிற அத்தனை மோசமான பழக்கங்களும் இருந்து தொலைத்ததே..

மீண்டும் தங்கையிடம் மன்றாடினான்..

"தொட்டில் பழக்கம் சுடுகாடு மட்டிலும் பூங்கொடி.. இவன் திருத்த முடியாதவன்.. வீணாக ரிஸ்க் எடுக்காதேம்மா.."

"எடுக்காமல் என்னை என்ன செய்யச் சொல்கிற..? அவரை விட்-டுட்டு இன்னொருத்தனுக்குக் கழுத்தை நீட்டச் சொல்கிறாயா..?"

"அதில் என்னம்மா தப்பிருக்கு.."

"அவரைத் தப்பானவன்னு சொல்லிட்டு.. என்னைத் தப்பானவளாக்-கப் பார்க்கறியே அண்ணா.."

"பைத்தியம் போல் உளறாதே ஒருத்தனைக் காதலிச்சு.. அவன் கெட்டவன்னு தெரிஞ்சதும் விலகி.. வீட்டில் பார்க்கிற மாப்பிள்ளைக்கு கழுத்தை நீட்டப் போகிற.. இதில் நீ தப்பானவளா எப்படிம்மா ஆக முடியும்..?"

"நான் தெரியாமல்தான் கேட்கிறேன்.. வீட்டில் நீங்க பார்க்கிற மாப்-பிள்ளை மட்டும் யோக்கியமானவனா இருப்பான்னு எப்படிச் சொல்ல முடியும்..?"

"நாங்க நாலையும் விசாரிக்காமலா உன்னைப் பெண் கொடுத்து விடுவோம்..?"

"இந்தக் காலத்து வொயிட் காலர் மனுசங்க மனசில் மறைஞ்சிருக்கிற வக்கிரங்களைப் பற்றி உனக்கு என்னண்ணா தெரியும்..?"

"பூங்கொடி.."

"என் பிரண்ட் சாந்திக்கு போன வருஷம் கல்யாண மாச்சு.. இந்த ஒருவருஷமா அவ பிறந்த வீட்டுக்கே வரலை.. போன வாரம் வந்தி-ருந்தா. போய்ப் பார்த்தேன்.. சாகப் போகிறவளைப் போல இருக்கா.. அவளோட வீட்டுக்குத் தெரியாம என்கிட்ட அவ காமிச்ச காயங்களைப் பத்தியும் அதுக்குப் பின்னால் இருக்கிற கதைகளைப் பற்றியும் உனக்குத் தெரியுமா..?"

பூங்கொடியின் விழிகளில் தெரிந்த வலியைக் கண்டு சங்கர் துடித்துப் போய்விட்டான்..

தெரியாதுதான்.. இதைப் போன்ற மனித மிருகங்களைப் பற்றி அவனுக்குத் தெரியாதுதான்..

இதில் கொடுமையான ஒன்று என்னவென்றால், அந்த சாந்தி சங்க-ரிடம் காதல் கொண்டிருந்தாள்.. தன் காதலை கண்களால் வெளிப்படுத்-தினாள்.. சங்கர் அவள் பார்வையைத் தவிர்த்தான்.. ஒருநாள் கடிதத்தில் வெளிப்படுத்தி அவனிடம் அதை நீட்டினாள்.. அதை வாங்கியவன்.. அவள் கண்முன்னாலேயே அதைப் படிக்காமல் கிழித்துப் போட்டான்.. அன்று அவள் கண்களில் தெரிந்த அதிர்ச்சியை வெகுநாட்கள் வரை சங்கர் மறக்கவேயில்லை..

"என்னண்ணா யோசிக்கிறே.. நீ நினைத்திருந்தா அவளுக்கு இந்த நிலை வராமல் தடுத்திருக்கலாம்.. நீ நினைக்கலேயே.."

"அவளும்.. நாமும்.. வேறு வேறு ஜாதி பூங்கொடி.."

"காதலுக்கு ஜாதியில்லை.. மதமுமில்லேன்னு கண்ணதாசன் பாடியி-ருக்கிறார்.. மறந்து விட்டாயா..?"

"அப்பாவுக்கு அது பிடிக்காது.."

"அதனால் உனக்குச் சாந்தியைப் பிடிக்காமப் போச்சு.."

"போனதைப் பேசாதே பூங்கொடி.. என்னால் அப்பா மனதிற்கு பிடிக்-காத எதையும் செய்ய முடியாது.. அதோடு.. நான் அவளை ஒருநாள்-கூட வித்தியாசமாக நினைத்துப் பார்த்ததில்லை.."

"அவள் உன்னை நினைத்தாளே.."

"அவளை நான் காதலிக்கவில்லையம்மா.."

"அவளைக் கல்யாணம் பண்ணிக் கொண்டவனை நீயும் பார்த்தி-ருப்பாய்.. பெரிய படிப்பு படித்தவன்.. பெரிய ஆபீசர்.. கௌரவமான குடும்பம்.. ஒரே ஜாதி.. மடிப்புக் கலையாத பேண்ட் சர்ட்ன்னு.. காரில்

வந்து குடும்பத்தோட இறங்கினான்.. அவ கல்யாணத்திற்கு எவ்வவளவு சீர் செஞ்சாங்கன்னு உனக்கே தெரியும்.. பெட்டி.. பெட்டியாய் அள்ளிக் கொடுத்தாங்க.. இத்தனையும் எதுக்கு..? இதுக்காகவா..?"

இந்தக் கேள்விக்கு சங்கரிடம் பதில் இல்லை.. அவன் சாந்தியைக் காதலிக்கவில்லை.. ஆனால்.. அவளால் தான் காதலிக்கப்பட்டதை அறிந்திருந்தான்..

குற்றம் செய்யாமலே.. குற்றவாளியாகி விட்டவன் குற்ற உணர்வுடன் மௌனமானான்..

"இப்போது சொல்லுண்ணா.. என் பிரசன்னா.. சாந்தியின் புருஷனைப் போல வேசம் போடவில்லை.. மனதில் பட்டதை பேசுகிறார்.. வெளிப்படையா இருக்கிறார்.. இது ஒரு தப்பா..? கண்ணுக்குத் தெரியாமல் அயோக்கியத்தனங்களைப் பண்ணிவிட்டு.. கண்ணுக்கு முன்னால் மடிப்புக்கலையாத உருப்போடு கண்ணியவான் போல நடிக்க என் பிரசன்னாவுக்குத் தெரியாது.. அவர் போலித்தனமில்லாதவர்.."

"அதுக்காக.. அவனது அயோக்கியத்தனத்தை நீ நியாயப்படுத்துகிறாயா..? அதை அப்படியே என்னை ஏத்துக்கச் சொல்கிறயா..?"

"என் காதலை ஏத்துக்கச் சொல்கிறேன்.."

பூங்கொடி பிடிவாதமாக இருந்தாள்.. சங்கர் வேறு வழியின்றி வரதராஜனிடம் எல்லாவற்றையும் சொல்லி விட்டான்.. பதறி எழுந்தவர் சங்கர் தடுப்பதற்கு முன்னால்.. பூங்கொடியைக் கன்னம்.. கன்னமாக அறைந்துவிட்டார்.. சங்கர் அவரை மேலே அடிக்க விடாமல் கையைப்பற்றி இழுத்து தடுத்து விட்டான்..

"அப்பா.. என்ன காரியம் பண்ணப் பார்த்தீங்க.. அவ குழந்தைப்பா, அவளுக்குப் புத்தி சொல்லித் திருத்தறதை விட்டுட்டு அடிச்சு நொறுக்கறது என்ன நியாயம்..?"

"அந்தப் புத்தியை நீ சொல்லாமலா இருந்திருப்ப..?"

"அப்பா.."

"இவ என் குடியைக் கெடுக்க வந்த கோடாரிக் காம்பு.. இவளை என் முன்னால் நிற்கச் சொல்லாதே.. போய் விடச் சொல்லு.. எனக்கு இனி ஒரேயொரு பிள்ளைதான்.. அது நீ மட்டும்தான்.."

கணவனின் பேச்சுக்கு மறு பேச்சை கோதையும் பேசவில்லை.. சங்கர் அவளிடம் முறையிட்டான்..

"அம்மா என்னம்மா இது..? நீங்களாவது அப்பாவிடம் சொல்லக்கூடாதா..?"

"எங்க கண்ணுக்கு முன்னாலே அழிஞ்சேதான் தீருவேன்னு இவ அழிச்சாட்டியம் பண்ணுகிறா.. தெரிஞ்சே இவளைப் புதைகுழியில் தள்ளச் சொல்கிறயா..?"

"அதுக்காக அவளை அடிச்சா என்ன அர்த்தம்..?"

"கொன்னே போடணும்.."

இப்படிப் பேசுறவர்களை எப்படித் திருமணத்திற்கு சம்மதிக்க வைப்பது..? சங்கர் யோசித்துக் கொண்டிருக்கையில் ஒருநாள் பிரசன்னா பெண் கேட்டு வீட்டுப் படியேறி வந்துவிட்டான்.. அன்று பூங்கொடியின் காதல் விவகாரம் அந்தத் தெருவிற்கே தெரிந்து விட்டது..

"வணக்கம் மாமா.. என் பெயர் பிரசன்னா.. உங்க மகளைக் காதலிக்கிறவன்.. நாளைக்கு அவகழுத்தில் தாலியைக் கட்டப் போகிறவன்.. எப்பக் கல்யாணத்தை வச்சுக்கலாம்..?"

இந்த லட்சணத்தில் வீடு புகுந்து.. ஹாலில் இருந்த சோபாவில் கால்மேல்.. கால் போட்டுக் கொண்டு அமர்ந்து பெண் கேட்டால்.. எந்த மனிதருக்குத்தான் கோபம் வராது..? வரதராஜனுக்கும் அது வந்தது.. அவர் பல்லைக் கடித்தார்..

"எழுந்திருடா.."

"இந்தப் பூச்சாண்டிக்கெல்லாம் நான் பயப்பட மாட்டேன் மாமா.."

"அதான் உன்னைப் பார்த்து ஊரே பயப்படுதே.. ரௌடி.."

"அதனால உங்களுக்கென்ன கெட்டுப் போச்சு.. கால்காசு வரதட்சணைக் கொடுக்க வேண்டாம்.. குண்டுமணியளவு கூடத் தங்கம் போடவேண்டாம்.. எல்லாத்தையும் நான் பார்த்துக்கறேன்.. அவ கட்டுகிற சேலையைக் கூட நான் வாங்கிக் கொடுத்துக் கட்ட வைச்சு கூட்டிக்கிட்டுக்கிட்டு போய்க்கிறேன்.. நீங்க பொண்ணை மட்டும் கொடுங்க.. போதும்.."

வரதராஜனின் கோபம் எல்லை மீறியது.. சங்கர் தடுக்கத்தடுக்க கேட்காமல் பிரசன்னாவின் மேல் பாயப் போனார்..

"ஏண்டா.. என்னை என்ன வெம்போட்டுப் பயலுன்னு நினைச்சயா..? நீ பணத்தைக் காட்டினா என் பெண்ண உன்கூட அனுப்பி வைச்சிருவேனா..? அதுக்கு வேற ஆளைப்பாரு.."

இப்போது பிரசன்னாவின் முகம் மாறியது.. அவன் எழுந்து கொண்டான்.. சங்கரைப் பார்த்து..

"என்ன மச்சான்.. உங்க அப்பன் பேச்சே சரியில்லே.. நான் கல்யாணம் பண்ணிக்கத்தான் பெண்ணு கேட்கிறேன்.. அவரு வேறமாதிரி பேசறாரே.."

"பிரசன்னா இன்னொருநாள் இதைப்பற்றிப் பேசிக்கலாம்.. இப்ப நீங்க போயிட்டு வாங்க.."

"ஏன் மச்சான்..? இன்னிக்கு நாள் நல்லா யில்லையா..? அதெல்லாம் நாள்.. நட்சத்திரம் பார்த்து.. நல்லநேரம் பார்த்துத்தான் உங்க வீட்டுக்கு பொண்ணு கேட்டு வந்திருக்கிறேன்.. சும்மா பேசுங்க.."

"கோபத்தில் பேசற பேச்சை பெரிசா எடுத்துக்கக் கூடாது.."

"சரி.. நான் பெரிசா எடுத்துக்கலை.. அவரை எனக்கு பொண்ணு தரேன்னு சொல்லச் சொல்லுங்க.. நான் போயிடறேன்.. அதை விட்டுட்டு என் மரியாதையைக் குறைக்கிறதாக நினைச்சுக்கிட்டு.. அவரு பொண்ணு மரியாதையை அவரே குறைக்கக் கூடாது.."

சங்கருக்கும் அது புரிந்துதான் இருந்தது.. வரதராஜன் கோபத்தில் வார்த்தைகளை சிதற விட்டுக் கொண்டிருந்தார்..

அக்கம் பக்கம் அந்த வீட்டில் சூழ.. சங்கர் சங்கடமடைந்தான்..

5

யார்மீதும் தவறு இல்லை.. ஆனால்.. எல்லோரின் மீதும் தவறு இருக்கிறது என்றால்.. அந்தச் சூழ்நிலையை என்னவென்றுதான் சொல்லுவது..? இல்லை.. அந்தச் சூழ்நிலையை உருவாக்கிய காலத்தைத்தான்.. என்ன வென்று சொல்வது..?

ஒரேயொரு பெண்ணைப் பெற்று வளர்த்திருக்கும் வரதராஜன் அந்தப் பெண்ணை நேர்மையானவனுக்குக் கொடுக்க வேண்டும்மென்றுதானே நினைப்பார்..? அவர் நினைப்பில் தவறு இல்லையே..

அதிகப் பணத்தினால் தடம் மாறிப் போய்விட்ட பிரசன்னா.. பூங்கொடியை என்னவோ.. உண்மையாகத் தான் காதலித்தான்.. அவனுக்கு காதல் வரக்கூடாதா..? அந்தக் காதலில் தவறு இருக்கிறதா..?

நல்லவன்.. கெட்டவன்.. என்று ஆராய்ந்து பார்த்துக் காதல் வருவதில்லை.. அப்படி ஆராய்ந்து வந்தால்.. அதற்குப் பெயர் காதல் இல்லை.. பூங்கொடிக்குப் பிரசன்னாவின் மீது காதல் ஏற்பட்டுவிட்டது... அதை மாற்றிக்கொள் என்றால் அவளால் அது எப்படி முடியும்..? என்றுமே நினைக்கத் தெரிந்த மனத்திற்கு மறக்கத் தெரியாது.. இதில் பூங்கொடியிடம் தவறு கண்டுபிடிக்க முடியுமா..?

சங்கர்.. கோவிந்தராஜன் பெற்ற மகனாக இருந்தாலும்.. வரதராஜன் வளர்த்த மகன்.. பூங்கொடியுடன் பிறக்கா விட்டாலும்.. அவளைக் கூடப்பிறந்த தங்கையாகவே பாவிப்பவன்.. வரதராஜனின் பயத்தைப் போலவே.. அவனுக்கும் பிரசன்னாவின் நடவடிக்கையின் மீது பயமிருந்தது.. அவன் தங்கைக்கு புத்தி சொல்லிப் பார்த்தான்.. அவள் கேட்கவில்லை.. பிரசன்னாவிடம் விலகிவிடச் சொல்லி.. சொல்லிப் பார்த்தான்.. அவனும் கேட்கவில்லை.. கடைசியில் வேறுவழியில்லாமல் வரதராஜன் கவனத்திற்கு பூங்கொடியின் காதலைக் கொண்டு சென்-

றான்.. ஒரு தகப்பனுக்கு மகனாக.. தங்கைக்கு அண்ணனாக அவன் செயல்பட்டதில் யாராலும் தவறைச் சொல்ல முடியுமா..?

ஆனால்.. அந்தச் சூழ்நிலையில்.. அனைவரும் கொந்தளித்தனர்.. ஒருவர் மீது மற்றொருவர் குற்றம் சாட்டிக் கொண்டனர்.. ஒருவரின் செயலில் மற்றவர் தவறு கண்டுபிடித்து சொல்லிக் காட்டிக் கொண்டார்கள்..

இவை அத்தனையையும் அந்தத் தெருவே கூடிநின்று வேடிக்கை பார்த்தது..

"என்ன தைரியமிருந்தால் என் வீட்டுப் படியேறி வந்து என் மகளைப் பொண்ணு கேட்ப..? உன்னைப் போல அயோக்கியனை தெருவில் கண்டுவிட்டாலே.. நான் தலைக்குத் தண்ணீர் ஊற்றி அந்தத் தீட்டைக் கழிப்பேன்.. நீ என் நடு வீட்டில் வந்து உட்கார்ந்து.. கால் மேல் கால் போட்டு பெண் கேட்கிற.. எழுந்திருச்சு வெளியில போடா.. அடியே கோதை.. முதலில் இந்த அயோக்கியனின் கால்பட்ட இடத்தைக் கழுவி விடுடி.." வரதராஜன் ஆத்திரத்தின் உச்சத்தில் இருந்தார்..

பிரசன்னாவின் முகம் இறுகியது.. அவன் சங்கரைப் பார்த்த பார்வையில் கொலை வெறி இருந்தது.. கோபத்தில் வரதராஜனின் மேல் அவன் கைவைத்துவிட்டால் என்ன செய்வது என்ற பயத்துடன் சங்கர் அவர்களுக்கு இடையே புகுந்தான்..

"சித்தப்பா.. முதலில் நீங்க அமைதியாய் இருங்க.. இப்படி ஆத்திரப் பட்டால் உங்க உடம்புக்கு ஆகாது.." என்று வரதாஜனை அமைதிப்படுத்த முயன்றான்..

ஆனால் பிரசன்னா வரதராஜனை அமைதியாக இருக்க விடவில்லை.. "யோவ் பெரிசு.. என்னய்யா.. பெரிசா துடிக்கிற..? உன் மகளைக் கல்யாணம் பண்ணிக்கறேன்னு தானே கேட்டேன்.. கடத்திக்கிட்டுப் போகிறேன்னா கேட்டேன்..?" என்று கேட்டு வைத்தான் அவன்..

"கேட்டுக்கடா சங்கர்.. இந்த நாதாரி என்ன வார்த்தை சொல்கிறான்னு கேட்டுக்கடா.. இதை இவன் பேசலைடா.. இந்த வீட்டுக் கௌரவத்தைக் கெடுக்கப் பிறந்திருக்கும் இந்தப் பிசாசு பேச வைத்திருக்கு.." வரதராஜனின் உடல் நடுங்கியது..

"பிரசன்னா நீங்க இப்ப போங்க.. இன்னொரு நாள் இதைப் பற்றிப் பேசலாம்.." சங்கர் ஏறக்குறையக் கெஞ்சினான்..

"இன்றைக்கு விட்டுவிட்டா.. இனிப் பிடிக்க முடியாதுன்னு எனக்குப் புரிஞ்சு போச்சுங்க.. எனக்கு இன்னைக்கே இதுக்கு ஒரு முடிவு தெரிஞ்சாகணும்.." பிரசன்னா பிடிவாதமாக இருந்தான்..

சங்கருக்குள் கோபம் மூண்டது.. அவனால் அவனைப் பெற்ற தந்தையை விட மேலாக வளர்த்த சித்தப்பா படும் துயரைப் பொறுத்துக் கொள்ள முடியவில்லை..

"நானும் சொல்லிச் சொல்லிப் பார்க்கிறேன்.. நீங்க பிடிச்ச முயலுக்கு ஒற்றைக்காலுன்னு வீம்பு காட்டிக்கிட்டு நிற்கறீங்களே.. எதுக்குங்க உங்களுக்கு முடிவு தெரியணும்..? என்ன முடிவை நாங்க சொல்லணும்..? நீங்க முதலில் வெளியே போங்க.." அவன் வரதராஜனை விட்டு விட்டு பிரசன்னாவின் முதுகில் கை வைத்து வெளியே அனுப்ப முயன்றான்..

பிரசன்னாவோ அவன் கையைத் தட்டி விட்டான்..

"யோவ் மச்சான்.. இந்த வெளியே தள்ளி விடுகிற வேலையெல்லாம் எங்கிட்ட வேண்டாம்.. உன் சித்தப்பன் பெண்ணைக் கொடுக்கிறாரா இல்லையா.. அதை முதலில் கேட்டுச் சொல்லு.."

"பிரசன்னா.. பிரச்னை வேண்டாம்.. வெளியே போங்க.."

"உன் வீட்டில் பொண்ணு கேட்டுவந்தா.. அது உனக்குப் பிரச்னையா..? என்ன குடும்பமடா இது..?"

"டேய்ய்.."

அதற்குமேல் பொறுமைகாக்க முடியாத சங்கர்.. பிரசன்னாவின் மேல் பாய்ந்துவிட்டான்.. இரண்டு பேரும் கட்டிப் புரள ஆரம்பிக்க..

"அண்ணா.. அவரைவிடு.." என்று பிரசன்னாவை மறைத்து கை விரித்து நின்றாள் பூங்கொடி..

"அவன்.. அப்பாவையும் நம் குடும்பத்தையும் என்ன பேசினான்னு நீ கேட்டுக்கிட்டுத்தான இருந்த பூங்கொடி..?"

"நான் எல்லாத்தையும் கேட்டுக்கிட்டும்.. பார்த்துக் கிட்டும்தான் இருந்தேன்.."

"அப்படியிருந்துமா நீ இவனுக்கு சப்போர்ட் பண்ணுகிற..?"

"இவர் மேல் என்ன தப்பு..? இவர் கௌரவமாகப் பெண் கேட்கத்தானே வந்தார்..? நீயும்.. உன் அப்பாவும் தானே.. இவரை அவமானப் படுத்தறீங்க..?"

"பூங்கொடி.. நீ இந்த வீட்டுப் பெண்.."

"வேண்டாம் அண்ணா.. இந்த வீட்டுப் பெண்ணுங்கிற பெயர் எனக்கு வேண்டாம்.. இவர் எதுக்கு என்னைக் கல்யாணம் பண்ணிக்க உங்ககிட்ட கெஞ்சணும்..? நான் இவரோடு போகிறேன்.. அப்ப நீங்க என்ன செய்வீங்க.."

பூங்கொடியின் வாயிலிருந்து இப்படிப்பட்ட வார்த்தைகள் வரும் என்று சங்கரும்.. மற்றவர்களும் எதிர்பார்த்திராததால்.. அவர்கள் அதிர்ந்து நின்று விட்டார்கள்..

முதலில் தலையில் அடித்துக் கொண்டு அழுதவள் கோதை நாச்சியார்தான்..

"அடிப்பாவி.. சண்டாளி.. என் வயிற்றில் பிறந்த பெண்ணா நீ..? வளர்த்த பிள்ளை ஒழுங்கா நிற்குது.. பெற்ற பிள்ளை சீர்கெட்டு நிற்குதே.. இந்தக் கொடுமையை நான் எங்கே போய்ச் சொல்லுவேன்..?"

"அம்மா.. அழுகாதீங்க.."

"இந்தக் கடன்காரி எங்களை உயிரோடு கொன்னு புதைக்க எத்தனை நாளாய்க் கங்கணம் கட்டிக்கிட்டு இருந்தான்னு எனக்குத் தெரியலையேடா சங்கர்.. இப்படிக் கல்லைத் தூக்கி என் தலையில் போட்டுட்டாளே.."

அதுவரை சிலைபோல நின்றிருந்த வரதராஜன் தன்னுணர்வுக்கு வந்தார்.. அவர் என்ன செய்ய உத்தேசித்திருக்கிறார் என்று சங்கர் யூகித்து முடிக்கும் முன்னால்.. பூங்கொடியின் கழுத்தில் கைவைத்து வாசலுக்குத் தள்ளினார்... அவர் தள்ளிய வேகத்தில் வாசலில் விழ இருந்தவளைத் தங்கிப் பிடித்துக் கொண்டான் பிரசன்னா..

"போ.. எங்க முகத்தில் விழிக்காம போய்விடு.. நாங்க செத்தால்கூட நீ எங்க முகத்தில் விழிக்கக் கூடாது.."

"அப்பா.. என்னப்பா இது..? நில்லு பூங்கொடி.."

சங்கர் படியிறங்கி தங்கையின் அருகே ஓடப் போனான்..

"நில்லண்ணா.. என்கிட்ட வராதே.." என்றாள் பூங்கொடி உறுதியான குரலில்..

"என்னம்மா நீ.. அப்பாவின் கோபத்தைப் பத்தி உனக்குத் தெரியாதா..? நீ உள்ளே வா.. சொல்கிறேன்.." சங்கர் மன்றாடினான்..

"இல்லை.. நான் வரமாட்டேன்.. உன் அப்பாவின் உடம்பில் ஓடுகிற ரத்தம்தானே என் உடம்பிலும் ஓடுது.. இனி அவருக்கு நீ மட்டும்தான்.. நானில்லை.." பூங்கொடி தீர்மானமாகச் சொல்லிவிட்டாள்..

பிரசன்னா வெற்றிப் புன்னகையுடன் சங்கரைப் பார்த்து விட்டுப் பூங்கொடியை அழைத்துக் கொண்டு போய் விட்டான்.. அக்கம் பக்கத்தினரின் பார்வைகளைத் தாங்க முடியாமல் கதவைச் சாத்தித் தாழ் போட்டுவிட்டு வீட்டுக்குள் வந்தான் சங்கர்..

அன்று இரவு.. அந்த வீட்டில் யாரும் சாப்பிட வில்லை.. மனது கேட்காமல் பாலைக்காய்ச்சி எடுத்து.. வரதராஜனின் கையில் பால் தம்ளரைக் கொடுத்தான் சங்கர்.. அவர் மறுத்துவிட்டார்..

"அப்பா.." சங்கர் மனம் தாங்காமல் கண்ணீர் விட்டான்..

"அழாதே சங்கர்.." அவர் ஆதரவுடன் முதுகைத் தட்டிக் கொடுத்தார்..

"அவ பச்சைக் குழந்தைடா.. நல்லது கெட்டது தெரியாது.. அவனை நம்பிப் போகிறா.. என்ன கதிக்கு ஆளாவாளோன்னு என் மனது கிடந்து தவிக்குதுடா சங்கர்.." வரதராஜன் சிறு குழந்தையைப் போல விம்மினார்.. சங்கர் மனம் கரைந்து போனான்..

"வேண்டாம்ப்பா.. நீங்க அழுகாதீங்க.. எனக்கு மனசு தாங்கலை.. நான் இப்பவே போய் தங்கச்சியைக் கூப்பிட்டுக் கொண்டு வந்து விடுகிறேன்ப்பா.." சங்கர் அவசரமாக எழுந்தான்..

வரதராஜன் சங்கரின் கையை இழுத்துப் பிடித்துத் தடுத்தார்.. அந்தப் பிடியில் தெரிந்த இறுக்கத்தைக் கண்டு சங்கர் திகைத்தான்..

6

"இந்தத் தெருவே பார்க்க.. அவள்.. அவன்கூடப் போயிட்டா சங்கர்.. திரும்பவும் அவளை இந்த வீட்டுக்கு எப்படிக் கூப்பிட்டுக்கிட்டு வரமுடியும்..?"

"அதுக்காக.. அவளை அப்படியே விட்டு விடச் சொல்கிறீங்களாப்பா..?"

"வேற வழி..?"

"ஒன்னு செய்யலாமாப்பா.."

"என்னப்பா..?"

"நாமளே அவளுக்கு அவனோடு கல்யாணத்தை நடத்தி வைப்போம்.."

"ஒருநாளும் நான் அதைச் செய்ய மாட்டேன்.. என் மகளை அவன் நல்லா வாழவைக்க மாட்டான் சங்கர்.. இதைத் தெரிந்துக்கிட்டே என் மகளை என் கையில் அந்த அயோக்கியனுக்கு தாரை வார்த்துக் கொடுக்கணுமா..?"

"அவன் திருந்த மாட்டானாப்பா..?"

"நாய் வால் என்னைக்கும் நிமிராது சங்கர்.."

"நம்ம பூங்கொடி அவனைத் திருத்திருவாப்பா.."

"கிழக்கே உதிக்கிற சூரியன் மேற்கே உதிக்கட்டும் பார்க்கலாம்.."

சங்கர் துக்கத்துடன் கோதை நாச்சியாரைத் தேடிச் சென்றான்.. அவள் ஒரு மூலையில் சுருண்டு படுத்துக் கிடந்தாள்..

நான் உனக்குச் சித்தியில்லைடா சங்கர்.. அம்மா.. என்று கூறி அவனை அரவணைத்து வளர்த்த தாய் அநாதை போலச் சுருண்டு கிடப்பதைக் காணச் சகிக்காதவனாய் அவளருகில் அமர்ந்து.. எழுப்பினான் சங்கர்..

"என்னப்பா.."

"ஒருவாய் பாலையாவது குடிங்கம்மா.."

"என்னை விட்டுடு சங்கர்.."

"அப்பா மாதிரியே நீங்களும் இப்படி பச்சைத் தண்ணி பல்லில் படாமல் இருந்தால் எப்படிம்மா.. நீங்கதானே அவரைத் தேற்றணும்..?"

"யாரைத் தேற்றி.. யாருக்கு இனி என்ன ஆகப் போகுது சங்கர்..?"

"ஏம்மா.. இப்படி விரக்தியாப் பேசறீங்க.."

"என் பொண்ணே என்னை விட்டுட்டு போயிட்டா.. பெற்று.. வளர்த்து.. ஆளாக்கின நான் வேணாமாம்.. எவனோ ஒரு பொறுக்கிதான் வேணுமாம்.. இதுக்கு மேல நான் இந்த உலகத்தில் இருக்கணுமாடா..?"

"அம்மா.."

கோதை நாச்சியார் அழுதாள்... மனம் கரைய அழுதாள்.. பின் சங்கரை நிமிர்ந்து பார்த்து கைநீட்டினாள்..

"அம்மா.." சங்கர் திகைத்தான்..

"சத்தியம் செய்து கொடுடா.."

என்ன சத்தியம் என்று சங்கர் ஒரு வார்த்தை கூடக் கேட்கவில்லை.. உடனடியாக அவளது கைமேல் தன் கையை வைத்து சத்தியம் செய்தான்..

"சத்தியம் அம்மா.."

"டேய் சங்கர்.. நீ ஒருநாளும் உன் தங்கச்சிய கைவிடக் கூடாது.."

"கைவிட மாட்டேன்ம்மா.."

"அவ எங்கேயிருந்தாலும் தேடிப் போய் பார்.."

"பார்க்கிறேம்மா.."

"அவளுக்கு கடைசி வரைக்கும்.. நீதாண்டா அப்பா.. அம்மா.."

"நீங்களும் அவளுக்கு இருப்பீங்கம்மா.."

"நாங்க இருந்தாலும் இல்லலாட்டியும்.. இந்தச் சத்தியத்தை நீ மறக்கக் கூடாது.."

"மறக்க மாட்டேன்ம்மா.."

"அவ எதைக் கேட்டாலும் செய்.. இல்லைங்கிற வார்த்தை உன் வாயிலிருந்து வரக்கூடாது.."

"வராதும்மா.."

"ஒரு அயோக்கியனை நம்பி.. என் பொண்ணு போயிருக்காடா.. அவள் அழியாமக் காப்பாத்துடா மகனே.. பிறந்த வீட்டிலிருந்து கேள்வி கேட்க யாரும் வரமாட்டங்க என்கிற தைரியத்தில் அவன் அவளைக் கொடுமைப் படுத்தினா அவளுக்கு ஏன்னு கேட்க நாதியில்லாம போய் விடக் கூடாதுடா சங்கர்.."

"நான் கேட்பேன்ம்மா.. நான் தட்டிக் கேட்பேன்.."

சங்கர் மீண்டும்.. மீண்டும் தைரியம் சொன்னான்.. சற்று நேரத்தில் அவனையறியாமல் அயர்ந்து உறங்கி விட்டான்.. திறந்திருந்த ஜன்னலின் வழியாக சூரிய வெளிச்சம் அவனைச் சுடவும்.. அவசரமாக எழுந்தான்..

முன்னறையில் வரதராஜன் சோபாவில் சரிந்து படுத்திருக்க.. கோதை நாச்சியார் அதே மூலையில் ஒடுங்கிப் படுத்திருந்தாள்..

மனம் கனக்க சங்கர் சமையலறைக்குப் போனான்.. அவன் காய்ச்சி வைத்திருந்த பாலைக் காணவில்லை.. பால் பாத்திரமும்.. காலி தம்பளர்களும் சின்க்கில் கிடந்தன..

'நடுராத்திரியில் பசித்திருக்கும்.. குடித்திருப்பார்கள்..' என்ற எண்ணத்துடன்.. முகம் கழுவிவிட்டு.. வாசலுக்குச் சென்றான்.. வாசல் கேட்டில் இருந்த பைக்குள் இருந்து பால் பாக்கெட்டை எடுத்தான்..

"என்னப்பா சங்கர்.. ஓடிப்போன பொண்ணப் பத்தி ஏதும் தகவல் தெரிஞ்சுச்சா..?" எதிர் வீட்டிலிருந்து குரல் கொடுத்தாள், அந்த வீட்டுப் பெண்மணி..

'அவ ஓடிப் போனதை நீ பார்த்தாயா..?' மனத்திற்குள் எரிச்சல் கிளம்பியது..

பதில் சொல்லாமல் வீட்டுக்குள் போய் பால் பாக்கெட்டை வைத்தவன்.. பால் பாத்திரத்தைக் கழுவ எடுத்தபோது அதிலிருந்து ஒருவித வாசனை வர அவனுக்கு திக்கென்று இருந்தது..

பதறும் மனத்துடன் முன்னறைக்கு வந்தான்.. கண்மூடிக்கிடந்த வரதராஜனையும்.. கோதை நாச்சியாரையும் பார்த்தான்.. அவன் மனதில் சந்தேகம் எழுந்தது.. அருகில் சென்று எழுப்பிப் பார்த்தான்.. அவர்கள் உடல் ஜில்லென்று இருந்தது.. முன்னறை டீப்பாயின் மேல் வரதராஜன் எழுதி வைத்த கடிதம்.. அவர்களது தற்கொலையை அறிவித்தது..

சங்கர் கதறினான்.. போலீஸ் விசாரணை முடிந்து.. அவர்களின் உடலைப் பெற்றுக் கொண்டபோது.. கடைசியாக பெற்றவர்களின் முகத்-

தைப் பூங்கொடி பார்த்து விடட்டும் என்ற எண்ணத்துடன் அவளைத் தேடிப் போனான்.. பிரசன்னாவின் முகவரியில் அவள் இல்லை.. அவர்கள் குன்னூருக்கு போய் விட்டதாகப் பிரசன்னாவின் நண்பன் சொன்னான்.. பெற்ற மகளைப் பற்றிய துயருடன் கண்மூடி விட்ட அந்தப் பெற்றவர்களின் உடலுக்கு பெற்ற மகனாக இருந்து செய்ய வேண்டிய கடமைகளைச் சங்கர் செய்து முடித்தான்..

காரியங்கள் முடிந்தவுடன் அவன் குன்னூருக்குப் பயணமானான்.. பிரசன்னாவின் இருப்பிடத்தைக் கண்டு பிடிக்க அவன் அதிகம் சிரமப்பட வேண்டியிருக்கவில்லை.. எளிதாக அவனது தோட்டப் பங்களாவிற்கு வழியைச் சொன்னார்கள்..

குன்னூரிலிருந்து விலகி.. சற்றுத் தொலைவில்.. தேயிலைத் தோட்டங்களின் மத்தியில் அழகிய பங்களாவில் பிரசன்னா இருந்தான்..

'ம்ம்.. இவன் அயோக்கியனாக இருந்தாலும்.. பணவசதியைப் பற்றிப் பொய் சொல்லவில்லை.. உண்மையைத்தான் சொல்லியிருக்கிறான்..' என்ற நினைவுடன்.. வாசல் கேட்டைத் திறந்து கொண்டு உள்ளே சென்றான்..

"யாருங்க நீங்க.. என்ன வேணும்..?" தோட்டத்திற்கு தண்ணீர் பாய்ச்சிக் கொண்டிருந்த தோட்டக்காரன் கேட்டான்..

"பூங்கொடி.." சங்கர் இழுத்தான்..

"எங்க அம்மாதான்.. நீங்க அம்மாவுக்கு என்னவாகணும்..?" தோட்டக்காரன் தண்ணீர் பாய்ச்சுவதை நிறுத்திவிட்டுக் கேட்டான்..

"நான்.. பூங்கொடியின் அண்ணன்.."

"உள்ளே வாங்கய்யா.."

அவன் மரியாதை செலுத்திய வண்ணம் சங்கரை அழைத்துச் சென்று.. ஹாலில் அமர வைத்தான்.. எதிர்பட்ட வேலைக்காரியிடம்..

"நம்ம அம்மாவின் அண்ணனாம்.." என்றான்..

அந்த வேலைக்காரி சங்கரைப் பார்த்த பார்வையில் அளவு கடந்த பரிதாபம் தென்பட்டது.. இவள் ஏன் இப்படிப் பார்க்கிறாள்..? என்று சங்கர் யோசித்துக் கொண்டிருந்த போதே.. அவள் உள்ளே சென்று விட்டாள்..

"யாரைப் பார்க்க வந்தே..?"

குரலின் தொனியிலிருந்து அதைக் கேட்டது பிரசன்னா என்பதைப் புரிந்து கொண்ட சங்கர் பார்வையை உயர்த்தினான்..

"என் தங்கையைப் பார்க்க வந்தேன்.."

"இங்கே என் பெண்டாட்டிதான் இருக்கிறா.."

"ஓகே.. உங்க மிஸஸைப் பார்க்க வந்தேன்.."

"என் பெண்டாட்டியை நீ எதுக்காகப் பார்க்கணும்..?"

"பிரசன்னா வேண்டாம்.. அண்ணன்.. தங்கை உறவுங்கறது மிகப் புனிதமானது.. அதைக் கொச்சைப் படுத்திப் பேசாதே.."

"இவ்வளவு நேரமா வாங்க.. போங்கன்னு மரியாதையா பேசின.. இப்ப என்ன.. மரியாதை காற்றில் பறக்குது..?"

"வாக்குவாதம் வேண்டாம்.. நான் பூங்கொடியைப் பார்க்கணும்.."

"நான் முடியாதுன்னு மறுத்தால்.."

"நீ மறுக்க மாட்டே.."

"எந்த நம்பிக்கையில் அப்படிச் சொல்றே..?"

"நீ பூங்கொடியைக் காதலிப்பவன்.. அந்த நம்பிக்கையில் சொல்கிறேன்.."

பிரசன்னாவின் முகத்தில் பாராட்டுதல் தெரிந்தது..

"கெட்டிக்காரன்தான்.." என்றான்..

பின்னர் உள்ளே திரும்பி..

"பூங்கொடி.." என்று அழைத்தான்..

சங்கர் ஆவலாகத் திரும்பினான்.. பூங்கொடி தளர் நடையுடன் அந்த ஹாலுக்கு வந்து நின்றாள்.. அவள் கழுத்தில் புதிதாய் கட்டிய தாலிச்சரடு இருந்தது.. கண்களில் ஒளி இல்லை.. முகத்தில் புது மணமகளுக்கு உரிய மலர்ச்சி இல்லை.. வெறுமையாக சங்கரைப் பார்த்தாள்..

"பூங்கொடி.." சங்கர் நாத்தழுதழுக்க அவளை அழைத்தான்..

அவள்.. 'வா.. அண்ணா..' என்று அவனை வரவேற்க வில்லை..

'எதற்கு வந்தாய்..?' என்றும் கேட்கவில்லை..

எதையும் சொல்லாமல் உணர்ச்சியில்லாத.. உயிர்ப் பில்லாத பார்வையொன்றைப் பார்த்தபடி அசையாமல் நின்றாள்..

7

சங்கர் ஓர் அதிர்வோடு அவளை நோக்கினான்.. பெற்ற மகளை நினைத்து வரதராஜனும்.. கோதை நாச்சியாரும் அழுது சிந்திய கண்ணீர்த் துளிகள் அவனது மனத்தை ஈரமாய் நினைவலைகளால் நனைந்தன..

'அவங்க பயந்தபடியே நடந்து விட்டதே..'

"எப்படியிருக்க பூங்கொடி..?"

"ம்ம்ம்.."

"நீ நல்லாயிருக்கியான்னு என்னைப் பார்த்து கேட்டியாம்மா..?"

"நல்லாயிருக்கியா..?"

"நம்ம அம்மாப்பாவைப் பற்றி விசாரித்தாயா..?"

"அவங்க எப்படியிருக்காங்க..?"

சொன்னதைச் சொல்லும் கிளிப்பிள்ளைபோல அவளது விழி காட்டுதலில் கேட்டுக் கொண்டிருந் தவளைப் பார்த்து சங்கரின் அடிவயிறு பிசைந்தது..

"செத்துப் போயிட்டாங்கம்மா.. அவங்க செத்துப் போயிட்டாங்க.."

உடைந்து அழுதான்.. அவ்வளவு நேரமும் இருந்த துறவு நிலையைத் துறந்து பூங்கொடி உணர்ச்சிப் பிழம்பாய்.. அவனருகே பாய்ந்து வந்து அவன் தோளைப் பற்றி உலுக்கினாள்..

"என்ன அண்ணா சொல்கிற..?"

"உண்மைதாம்மா.. நீ வந்த அன்னைக்கு நைட்டே விஷத்தைக் குடிச்சு செத்துப் போயிட்டாங்க.."

"விஷத்தைக் குடிச்சிட்டாங்களா..?"

கண்களில் அதிர்ச்சியை வாங்கி.. நெஞ்சில் கை வைத்துக் கேட்டபடி பின்னுக்கு நகர்ந்தாள்..

"ஆமாம்மா.. விஷத்தைக் குடிச்சிட்டாங்க.."

"நான் அவங்களைக் கொன்று விட்டேனா..?"

அப்போதுதான் தன் தவறை உணர்ந்தான் சங்கர்.. தங்கையின் தன்னிரக்கத்தை போக்க வேண்டிய அவசியத்துக்கு ஆளானன்..

"இல்லையேம்மா... அவங்களோட பிடிவாதம் அவர்களைக் கொன்று விட்டது.."

"என்னால்தானே அண்ணா.."

"ஹூம்.. அவங்களோட பிடிவாதத்தில் இது நடந்து விட்டது.."

பூங்கொடி அங்கிருந்த சோபாவில் சிலையாக அமர்ந்தாள்.. அவளருகே அமர்ந்த சங்கர் எவ்வளவோ ஆறுதலாகப் பேசிப் பார்த்தான்.. அவளிடம் அசை வில்லை.. கண்கள் நீரைச் சொரிய அவள் திரும்பத் திரும்ப பேசியதையே.. பேசிக் கொண்டிருந்தாள்..

"என்னால்தான் அவங்க செத்துட்டாங்க.."

"பைத்தியம் போலப் பேசாதேம்மா.. நீ அவங்களைக் கொல்லலை.."

"நான்தான் அவங்களைக் கொன்னுட்டேன்.."

"ஐயோ பூங்கொடி.... உன்னை நினைச்சு வேதனையில் அவங்க உயிரை விட்டாங்க.. அவங்களை நினைச்சு நீ உயிரை விட்டுறாதேம்மா.."

ஒருவழியாக பூங்கொடியைச் சமாதானப் படுத்தி அந்த வார்த்தைகளிலிருந்து வெளியே கொண்டு வந்தான் சங்கர்..

"கடைசியாய் ஒருதடவை அவங்க முகத்தைப் பார்க்க முடியாமல் போச்சேண்ணா.."

"நான் உன்னைத் தேடினேம்மா.. நீ சென்னையில் இல்லை.."

பிரசன்னா இறுக்கமான முகத்துடன் மனைவியைப் பார்த்துக் கொண்டிருந்தான்.. மனைவியை சமாதானப் படுத்த முனையவும் இல்லை.. அவளுக்கு அருகில் வரவும் இல்லை..

"நான் கிளம்புகிறேன்ம்மா.. அடிக்கடி வந்து பார்க்கிறேன்.."

பூங்கொடியிடம் சங்கர் விடைபெற்றுக் கொண்டபோது..

"இனி இங்கே வராதே.." என்றான் பிரசன்னா..

"வருவேன்.." உறுதியான குரலில் சொன்னான் சங்கர்.

"இது என் வீடு.."

"என் தங்கையிருக்கும் வீடு.."

"ஹ.. உனக்கும் சரி.. உன் அப்பனுக்கும் சரி.. ஒழுங்காகப் பேசவே வராதா..? அவன் என்னடான்னா உன் பணத்தைப் பார்த்து என் பெண்ணை உன்னோட அனுப்பி விடுவேனான்னு கேட்டான்.. நீ என்னடான்னா.. இது உன் தங்கையிருக்கும் வீடுன்னு சொல்கிற..? இது அவளின் வீடுங்கற வார்த்தை உன் வாயிலிருந்து வரவே வராதா..?"

பூங்கொடி பிரசன்னாவை பார்த்த பார்வையில் வெறுப்பு தெரிந்தது.. அவள் அக்கினியை பார்வையில் உமிழ்ந்தாள்..

"எங்க அப்பாவைப் பற்றிப் பேச வேண்டாம்.."

"ஏண்டி..? நான் தேவையில்லாமலா அவரைப் பற்றி பேசினேன்..?"

"இப்ப மட்டும் அவருன்னு சொல்கிற வாய்.. கொஞ்ச நேரத்துக்கு முன்னால் 'அவன்'ன்னு எப்படிச் சொன்னது..?"

பிரசன்னாவின் கண்கள் இடுங்கின..

"இவ்வளவு பாசமழையைப் பொழியறவ.. என் பின்னாடி வந்திருக்கக் கூடாது.."

"அதுதான் நான் செய்த தப்பு.."

"என்ன சொன்னே..?"

"நான் உங்க பின்னாடி வந்திருக்கக் கூடாதுங்கிறேன்.. என் வீட்டில் சொன்னதைக் கேட்டிருக்கணும்.."

"புரியலை.. அதாவது.. உன் அப்பா பார்த்து வைக்கும் மாப்பிள்ளைக்கு கழுத்தை நீட்டியிருக்கணும்ன்னு சொல்கிற..?"

"ஆமாம்.. ஆமாம்.. ஆமாம்.."

"என்னடி சொன்ன..?"

பிரசன்னா சங்கரின் கண் எதிரிலேயே பூங்கொடியை ஓங்கி அறைந்து விட்டான்.. துடித்து விழுந்த தங்கையைக் கண்டு மனம் பொறுக்காத சங்கர் பிரசன்னாவின் சட்டையைப் பிடித்துவிட்டான்..

"எங்க அப்பாம்மா பயந்ததைப் போலவே ஆகிருச்சுடா.. எங்க வீட்டுப் பெண்ணை நீ ஒழுங்காய் வைத்துக்க மாட்டேன்னு அவங்க அழுதாங்க.. அதாண்டா நடக்குது.. நாய் வாலை நிமிர்த்த முடியாதுன்னு எங்க அப்பா சொன்னார்.. அவர் சொன்னது உண்மையாய்ப் போயிடுச்சு.. நீ அயோக்கியன்.. உன்னைத் திருத்தவே முடியாது.."

"கையை எடுடா.."

"எவ்வளவு தைரியமிருந்தா என் கண் முன்னாடியே என் தங்கையை அடிச்சு நொறுக்குவே..?"

"ஒரு அடிதாண்டா அடிச்சேன்.. அதுவும் என் பெண்டாட்டிங்கிற உரிமையில் அடிச்சேன்.. வேணும்னா அந்த உரிமையை நீ இல்லேன்னு ஆக்கிவிட்டு.. உன் தங்கச்சியா கூப்பிட்டுக்கிட்டுப் போ.."

சங்கர் நிதானித்தான்.. பிரசன்னாவின் சட்டையை விட்டுவிட்டான்... பூங்கொடியைப் பார்த்தான்.. அவள் மௌனமாக கண்ணீர் விட்டுக் கொண்டிருந்தாள்.. அவள் சங்கரின் செய்கையை ஆட்சேபிக்கவில்லை..

பிரசன்னா சட்டையை நீவி விட்டுக் கொண்டே சங்கரைப் பார்த்-தான்.. பூங்கொடியின் செய்கை அவனது கவனத்தில் பதிந்தது..

"ஆன்னா.. ஊன்னா.. என் சட்டையைப் பிடிக்கிறதையே வழக்க-மாய் வைச்சிருக்க.. சென்னை உன் ஊர்.. அங்கே என் சட்டையைப் பிடிச்சே.. சரி.. இது குன்னூர்.. என் ஊர்.. இங்கேயும் என் சட்டையைப் பிடிக்கிறயே.. நீ என்ன பப்பாவா..? உனக்கு விவரமே பத்தாதா..?"

சங்கர் பூங்கொடியின் அருகே அமர்ந்து அவளைத் தேற்ற முனைந்-தான்..

"டேய் மச்சான்.. என் வீட்டு வேலையாட்களுக்கு நான் லேசாக கண்ணைக் காட்டினாப் போதும்.. உன்னை வெட்டி இந்தக் காட்டுக்குள் புதைச்சிருவாங்க.."

கண்ணீர் விட்டுக் கொண்டிருந்த பூங்கொடி.. சட்டென்று விழி உயர்த்தி பிரசன்னாவைப் பார்த்தாள்.. அவள் பார்வையில் தென்பட்ட குரோதத்தைக் கண்டு பிரசன்னாவின் பேச்சு நின்றது..

பூங்கொடி பிரசன்னாவைப் பார்த்துக் கொண்டே சங்கரிடம் பேசின-வள்..

"அண்ணா.. அடிக்கடி இங்கே வந்து போய்க் கொண்டிரு.."

"வருகிறேன்ம்மா.. அதைவிட எனக்கு வேறென்ன வேலை..?"

"என்றைக்காவது நான் இந்த வீட்டில் இல்லாமல் போனால் உன் தங்கையைக் கொன்று இந்தக் காட்டில் புதைத்து விட்டாங்கன்னு தெரிஞ்சுக்க அண்ணா.."

"பூங்கொடி.."

சங்கர் வாய்விட்டு அலறியதை பிரசன்னா கண்களில் பிரதிபலித்-தான்.. பூங்கொடியின் விழிகளில் திருப்தி வந்தது..

"என்னம்மா இப்படியெல்லாம் பேசுகிற..?"

"நான் தோற்றுவிட்டேன் அண்ணா.. நாய் வாலை நிமிர்த்த முடியா-துன்னு அப்பா சொன்னது ரொம்ப கரெக்ட்.. என்னால் யாரையும் மாற்ற

முடியாது.. திருத்தவும் முடியாது.."

சங்கர் கலங்கிய மனத்துடன் அந்த வீட்டைவிட்டு வெளியேறிய போது.. சாலையின் இருள் மறைவிலிருந்து "சங்கர்" என்ற குரல் வெளிப்பட்டது..

அது பிரசன்னாவின் குரல் என்பதை புரிந்து கொண்டவனாக.. சங்கர் நின்றான்.. பிரசன்னா இருள் மறைவிலிருந்து வெளிப்பட்டான்..

"நீ இனிமேல் இங்கே வராதே.."

"ஐ ஆம் சாரி.. என்னால் அது முடியாது.."

"அவ என்னை வெறுக்கிறா.. அவ வீட்டை விட்டு வெளியே வர்றதுக்கு நான்தான் காரணம்ன்னு இத்தனை நாளும் என்னைப் பாடாய் படுத்தினா.. இனி.. அவளோட அப்பாம்மா சாவுக்கு நான்தான் காரணம்னு சொல்லிச் சொல்லியே வார்த்தைகளால் என்னைத் தினமும் கொன்று.. தின்னப் போகிறா.."

"அதனால..?"

"நீ இங்கே வராதே.. உன்னைப் பார்த்தால் அவளுக்கு பெத்தவங்க நினைவு வரும்.. என் பக்கம் மனம் திரும்பாது.. அவளை நான் காதலிக்கிறேன்.. என்னை நம்பு.. எங்க வாழ்க்கையில் குறுக்கே வராதே.."

பிரசன்னாவின் குரலில் உண்மை இருந்தது.. சங்கர் நிதானித்தான்..

8

"நான் அவளைக் காதலிக்கிறேன்.. ஆனால் அவள் மனம் என் வசம் இல்லை.. பெற்றவர்களிடமும்.. கூடப் பிறந்தவனைப் போல கூட வளர்த்த உன்னிடமும்தான் இருக்கிறது.. என்காதல் மனைவி என்னும் வாழ்க்கை நடத்த அது தடையாக இருக்கிறது.. அதனால் எங்கள் வாழ்வில் குறுக்கே வராதே.." என்கிறான் தங்கையின் கணவன்..

அவன் சொல்வதிலும் ஒரு நியாயம் இருந்தது.. சங்கர் யோசித்தான்.. அவனது மனக்கண்ணில் கரம் நீட்டி சத்தியம் கேட்ட கோதைநாச்சியாரின் உருவம் தோன்றியது.. அவன் மனம் இறுகியது..

"முடியாது.." என்றான் அவன்..

"நான் இவ்வளவு சொல்லியும் உன் மரமண்டையில் ஏறலையோ..?" பிரசன்னா ஆத்திரத்துடன் சங்கரின் நெஞ்சில் கைவைத்து முரட்டுத்தனமாக தள்ளினான்..

அவன் தள்ளிய வேகத்தில் சங்கர் பங்களாவின் சுற்று மதில் சுவர் மீது சாய்ந்து விழுந்தான்.. கோபத்துடன் அவனை நெருங்கிய பிரசன்னாவின் முகம் பயங்கரமாக இருந்தது..

"என்னைக் கொலைகாரனாக்காதேடா.."

"பார்த்தாயா.. இதுதான் உன் குணம்.. கோபம் வந்து விட்டால் நீ எதையும் செய்யத் துணிவாய்.. இந்தக் கோபத்தை நினைத்துத்தான் என் அப்பாவும்.. அம்மாவும் பயந்தாங்க.."

பிரசன்னா சங்கரிடமிருந்து விலகி நின்றான்.. கையாலாகாத கோபத்துடன் காற்றின் முஷ்டியை மடக்கிக் குத்தினான்..

"நான் மனுசன்டா.. ஏன் என்னை மிருகமாக்கறீங்க..?"

"உனக்குள் இருக்கிற மிருகத்தையே நீ அதிகமா மத்தவங்களுக்கு காட்டிட்ட பிரசன்னா.. மனுசனைக் காட்ட மறந்துட்ட.. அதன் விளை-

வுதான் இது.."

"மனுசனா மாறச் சந்தர்ப்பம் கிடைச்சிருக்கு.. நீ குறுக்கேவராதேன்னு சொன்னால்.. நீ கேட்டால்தானே.."

"வாக்குக் கொடுத்திருக்கேன் பிரசன்னா.."

"வாக்கா..?"

"ஆமாம்.. வாக்குத்தான்.. சத்தியம் செய்து கொடுத்திருக்கிறேன்.."

"யாருக்கு..?"

"அம்மாவுக்கு.."

"யு மீன்.. பூங்கொடியின் அம்மாவுக்கா..?"

"ம்ம்.. அவங்க சாகிறதுக்கு முன்னால் என்கிட்ட சத்தியம் வாங்கிட்டுச் செத்துப் போயிட்டாங்கடா.."

பிரசன்னா பேசவில்லை.. குற்ற உணர்வுடன் இருளை வெறித்தான்..

"காதலிச்சேண்டா.. காதலிக்கிறது ஒரு தப்பா..?"

"இல்லை பிரசன்னா.. நீ காத்திருந்திருக்கணும்.. போராடி யிருக்கணும்.. அதை விட்டுட்டு சட்டுன்னு பெண்ணைக் கூப்பிட்டுக்கிட்டு வெளியேறிவிட்டே.. அதுதான் தப்பு.."

"பூங்கொடியின் அம்மா என்ன சத்தியம் கேட்டாங்க..?"

"நான் கடைசிவரை பூங்கொடியை பார்த்துக்கணும்னு கேட்டாங்க.."

"அந்த சத்தியத்தை என்கிட்ட கேட்க அவங்களுக்கு மனமில்லையா..?"

"நம்பிக்கையில்லை.."

"இதுதான்.. இதுவேதான்.. எனக்கும் அவளோட பெத்தவங்களுக்கும் ஆகாமப் பண்ணினது.. ஏண்டா என்மேல் நம்பிக்கையில்லை..? நான் என்ன சிங்கம்.. புலி.. கரடியா..? மனுசன்டா..?"

"இதுக்கான பதிலை ஏற்கெனவே சொல்லிட்டேன்.."

"நீயாவது என்னை நம்புடா சங்கர்.."

அன்று பிரசன்னா இறைஞ்சியது.. இன்றும் சங்கரின் காதுகளில் ஒலிக்க.. அவன் சட்டென்று கண்விழித்தான்.. திரும்பிப் பார்த்தான்..

டைனிங் டேபிளில் அமர்ந்திருந்த யமுனாவும்... மாளவிகாவும் அவனையே பார்த்துக் கொண்டிருப்பது தெரிந்தது..

யமுனாவின் கண்களில் கடந்த காலக் கதை இருந்தது..

அவள் புரிந்து கொண்டதற்கு அடையாளமாக கணவனைப் பார்த்துப் புன்னகைத்தாள்.. அவன் தன் சோகக் கூட்டிலிருந்து வெளிப்பட்டு உற்-

சாகமாக அவளைப் பார்த்துக் கண் சிமிட்டினான்..

"அம்மா.. டாடி உங்களை சைட் அடிக்கிறார்.." என்றாள் மாளவிகா..

"ச்சீ.. அப்பா.. அம்மாவைப் பார்த்து பேசுகிற பேச்சா இது.." யமுனா முகம் சிவந்தபடி மகளை அதட்டினாள்..

"என்னடா கண்ணம்மா.. அம்மா எதுக்கு உன்னை அதட்டறா..?"

"உண்மையைச் சொன்னேன் டாடி.. அதுக்குத்தான் இந்த பனிஷ்மெண்ட்.."

"டூ பேட்.. உண்மையைச் சொன்னால் இப்படித்தான் நடக்குமா..? யமுனா.. இது கொஞ்சம் கூட நல்லாயில்லை.."

"எது நல்லாயில்லை.. இட்லியும்.. சாம்பாருமா..?"

"என் பெண்ணை நீ பனிஷ் பண்ணினதைச் சொன்னேண்டி.."

"அவ எனக்கும் பெண்தான்... நீங்க வாயை மூடிக்கிட்டு சாப்பாட்டைக் கவனிக்கறீங்களா..?"

"இது சாப்பாடில்லை அம்மா.. டிபன்.. ஏம் ஐ கரெக்ட் டாடி..?"

"யெஸ்.. யு ஆர் வெரி கரெக்ட் மை டியர்.."

"ஆமாம்.. கொலம்பஸ் இந்தியாவைக் கண்டு பிடிச்சதைப் போல இவள் இது இட்லி சாம்பாருன்னு கண்டு பிடித்து விட்டா.. பெரிசா மகளைக் கொஞ்சி மகிழ்கிறாரு.."

"என் பொண்ணுடி இவ.."

"யாரு இல்லைன்னு சொன்னது..?"

"இவ எதைச் சொன்னாலும்.. அது எனக்கு கொலம்பஸின் கண்டுபிடிப்பைவிடப் பெரிதுதான்.."

"அடேங்கப்பா.. இவங்க உங்க சின்னஞ்சிறு கிளியாக்கும்.."

"ஆமாம்.."

"நீங்க இவங்களைப் பார்த்து 'ஆடிவரும் தேனேன்'னு பாடி மகிழ்கிறீங்களாக்கும்.."

"இல்லையா பின்னே..?"

சங்கர் மகளைக் கனிவுடன் பார்த்தபடி.. சாப்பிடு வதை நிறுத்திவிட்டு பாட ஆரம்பித்தார்..

"சின்னஞ்சி சிறு கிளியே - கண்ணம்மா..

செல்வக் களஞ்சியமே..

என்னைக் கலி தீர்த்தே - உலகில்

ஏற்றம் புரிய வந்தாய்.."

மாளவிகா தந்தையின் பாசத்தில் நெக்குருகிப் போக.. யமுனா கணவனின் குரல் வளத்தில் தன்னை மறந்தாள்..

"உச்சி தனை முகர்ந்தால் - கர்வம்

ஓங்கி வளருதடி..

மெச்சி உனை ஊரார் புகழ்ந்தால் - என்

மேனி சிலிர்க்குதடி.."

மகளின் முன் நெற்றியில் விழுந்த முடியை தன் இடக்கரத்தால் சரி செய்துவிட்ட சங்கர் பாடலைத் தொடர்ந்தான்..

"பிள்ளைக் கனியமுதே - கண்ணம்மா..

பேசும் பொற்சித்திரமே..

அள்ளி அணைத்திடவே - எந்தன்முன்

ஆடி வரும் தேனே.."

அங்கே இசையின் ஆட்சி நடந்து கொண்டிருந்தது.. சங்கரின் மனக் கண்ணில் பூஜையறையில் அவனையும்.. பூங்கொடியையும் அமர வைத்து வீணை வாசிக்க கற்றுக் கொடுத்த கோதை நாச்சியாரின் உரு-வம் எழுந்தது..

அவள் கண்மூடி வீணை வாசித்துக் கொண்டிருந்தாள்..

"பாடுங்க.." அவளது குரல் ஆணையிட.. அவனும் பூங்கொடியும் இணைந்து பாடினார்கள்..

"அமுதே.. தமிழே.. அழகியமொழியே..

எனதுயிரே..

சுகம் பலதரும் தமிழ் பா..

சுவையுறு கவிதைகள் தா..

தமிழே.. நாளும்.. நீ பாடு.."

சங்கர் சின்னஞ் சிறுகிளியிலிருந்து.. அமுதுக்கும்.. தமிழுக்கும் தாவ.. மாளவிகா கலகலவென்று நகைத்தாள்..

"என்னப்பா.. ஒருபாட்டில இருந்து சட்டுன்னு இன்னொரு பாட்டிற்கு எப்படித் தாவினீங்க..? அதுவும் கண்ணை வேற மூடிக்கிட்டிங்க.."

மகளின் சிரிப்பில் கண் திறந்த சங்கருக்கு.. தான் கடந்தகால நினை-வுகளை.. நிகழ்காலத்தில் கலந்து பாடிவிட்டது புரிந்தது..

மகளின் சிரிப்பில் மனம் நனைந்தாலும்.. அதன் கனம் குறையாமல் பாரமாகே இருந்தது..

மனைவியைப் பார்த்தான்.. அவள் பதிலுக்கு பரிவாகப் பார்த்தபடி புரிந்து கொண்ட பாவனையில் புன்னகைத்தாள்..

"ஏய்ய்.. அரட்டை... தட்டைக் கவனித்துச் சாப்பிடுடி.."

"சாப்பிட்டே முடிச்சாச்சு.."

மாளவிகா எழுந்து கொண்டாள்.. மகளை கல்லூரிக்கு கிளம்புவதில் மும்முரமாக இருந்த யமுனா.. ஒருவழியாக அவள் தனது கைனடிக் ஹோண்டாவில் ஏறிக் கையசைத்து விட்டு பறந்ததும் வீட்டுக்குள் வந்தாள்..

சங்கர் தன் கையிலிருந்த லேப்டாப்பை ஆராய்ந்து கொண்டிருக்க.. குனிந்து அவனது கழுத்து டையின் முடிச்சை சரி செய்து விட்டாள்..

"ஏன்.. அப்படிப் பாடினீங்க..?"

"திடீர்ன்னு நானும்.. பூங்கொடியும்.. அம்மாவுக்கு முன்னால் உட்கார்ந்து பாடிக்கிட்டு இருப்பதைப் போல இருந்தது.."

"மறக்கக் கூடாதா..?"

"முடியலைடி.."

சங்கர் - அவனது முடியை ஆதரவாகக் கோதிவிட்ட மனைவியின் கைகளில் முகம் புதைத்துக் கொண்டான்..

பெற்றவர்கள் ஒருநாள் விபத்தில் சேர்ந்தாற் போல மாண்டு போனார்கள்.. அவனை வளர்த்தவர்கள் ஒருநாள் தற்கொலை பண்ணிக்கொண்டு சேர்ந்தாற்போல செத்துப் போனார்கள்.. அவனுக்கென்று அன்று இருந்த ஒரே உறவு.. பூங்கொடி மட்டும்தான்... அதை பிரசன்னா உணரவில்லையே..

9

"எனக்கென்று இருக்கும் ஒரே உறவு பூங்கொடிதான் பிரசன்னா.. புரிந்து கொள்.."

"எனக்கென்று இருப்பதும் அவள் மட்டும்தான்.. நீயும் இதைப் புரிந்து கொள்ள டிரைபண்ணு.."

"என் உறவும்.. உன் உறவும் வேறுவேறு.. நான் அவளின் அண்ணன்.. கல்யாணமாகிவிட்ட தங்கையிட மிருந்து தள்ளி நிற்க வேண்டியவன்.. நீ அப்படியில்லை.. அவளுடைய ஹஸ்பெண்ட்.. அவள்கூடவே இருப்பவன்.."

பிரசன்னா வேதனையோடு ஒரு சிரிப்பை உதிர்த்தான்.. "அவள்கூட இருப்பதை நீதான் மெச்சிக்கணும்.. அவமனசால என்னைவிட்டு தொலை துரத்தில் நிற்கிறாள்டா.."

"நீதானே அவளைக் காதலிச்சே..?"

"அவளும் என்னைக் காதலிச்சாடா.."

"அப்புறம் எதுக்கு இந்தப் புலம்பல்..?"

"காதலிக்கும் போது நல்லாத்தானே இருந்து தொலைச்சாள்..? எனக்காக உன்னையே எதிர்த்து நின்னா.. வீட்டை விட்டு என் பின்னால.. வெளியேறி வந்தா.. எல்லாhம் நல்லபடிதான் நடந்தது.. ஆனா.. என்னைக்கு அவ வீட்டுப் படியைத் தாண்டி என்கூட வந்தாளோ.. அன்னைக்கே.. மனசால என்னைவிட்டு விலக ஆரம்பிச்சுட்டா.."

"எதுக்காக..?"

"குற்ற உணர்ச்சிதான்.. வேறென்ன..? அவளைப் பெற்ற தாய்.. தகப்பனுக்கு தீராத அவமானத்தை உண்டாக்கி விட்டாளாம்.. ஒரே புலம்பல்.. பிருத்விராஜன்.. சம்யுக்தையை தூக்கிக் கொண்டு போனதைப் போல.. நான் அவளைக் கடத்திக் கொண்டு போய் கழுத்தில் தாலி

கட்டுகிறேன்.. 'கோ'ன்னு அழுது தொலைக்கிறாள்டா.. இந்தக் குன்னூரில் இருக்கிற என் சொந்த பந்தமும்.. பிரண்ட்ஸூம் என் தோட்டத்தில் வேலை செய்கிறவங்களும் என்னை ஒரு மாதிரியாப் பார்த்து.. அவங்களுக்குள் கிசுகிசுக்க ஆரம்பித்து விட்டாங்க.. எனக்கு எப்படியிருக்கும்.. நீயே சொல்லு.."

"என்னன்னு பேசிக்கிட்டாங்க..?"

"அதையேன் கேட்கிற சங்கர்.. உன் தங்கைக்கு என்னைக் கல்யாணம் பண்ணிக்க இஷ்டமில்லையாம்.. நான் கழுத்தில் கத்தியை வைத்து அவளை மிரட்டிக் கடத்திக் கொண்டு வந்து விட்டேனாம்.. அவங்க பேசினது உண்மைதான்னு சொல்லிக்கிறதைப் போல.. இவ.. கழுத்தில் கிடந்த மாலையை உடனே கழட்டிட்டாடா.."

"அவ மனசு என்ன பாடுபட்டதோ..? நாங்க எங்க வீட்டுப் பெண்ணை வளர்த்த விதம் அப்படி.."

"எப்படி..? ஒருத்தனை உருகி உருகிக் காதலிக்கணும்.. அவன் பின்னாலே வீட்டை விட்டு ஓடி வந்திடணும்.. அவன் காதலிச்சவளைக் கல்யாணம் பண்ணிக்கிட்டா மட்டும்.. 'ஓ'ன்னு அழுது ஊரைக் கூட்டனும்.. இப்படியா பெண்ணை வளர்த்து வைப்பீங்க..?"

பிரசன்னாவின் கோபத்தில் இருந்த நியாயம் சங்கருக்குப் புரியாமல் இல்லை.. ஆனால் அவன், வளர்த்தவர்கள் மேலும்.. தங்கையின் மேலும் இருந்த பாசத்தில் ஒருதலைப் பட்சமாக நியாயம் பேசினான்..

"இதெல்லாம் பெண்ணைக் கூப்பிட்டுக் கொண்டு வருகிறதுக்கு முன்னாலேயே நீ யோசிச்சிருக்கணும்.. காலம் கடந்து யோசிச்சு என்ன பயன்..? நீ சரியான ஆளாக இருந்தா.. எங்க அப்பா அம்மாவின் சம்மதத்திற்காக காத்திருந்திருக்கணும்.. உன்னை அவங்களுக்கு உணர்த்தியிருக்கணும்.."

"உங்க அப்பனுக்கு உணர்த்துறதுக்கு முன்னால நான் கிழவனாகி விடுவேண்டா.. மனுசராடா அந்த ஆள்..? ஒரு நிமிஷத்தில் அந்த ஆளு உயிரை விட்டுட்டான்.. இப்ப தினம் தினம் சாகப் போகிறது நான்தானேடா.."

சங்கர் கருணை காட்டாமல் பிரசன்னாவை முறைத்தான்..

"அது உன் தலைவிதி.. நீயாய் இழுத்துக்கிட்டது.. நான் வேறென்ன சொல்ல..?"

"என்னை இரக்கமில்லாதவன்னு சொல்லிட்டு.. நீயும்.. உன் குடும்பமும்தான் இரக்கமில்லாத ராட்சஸங்களா ஆகிட்டிங்க சங்கர்.."

"நாங்க யாரையும் கை தொட்டு அடித்ததில்லை பிரசன்னா.."

"நான் அடிக்கிற வலி மறைஞ்சு போயிடும்டா.. நீயும் உன் குடும்பமும் மனசில அடிக்கறீங்க பாருங்க.. அந்த வலியின் ரணம்தான் என்னைக்கும் ஆறாது.. மாறாது.. என் பாவத்தைக் கொட்டிக்கிற.. வேண்டாம் சங்கர்.. நான் உன் குடும்பத்துக்குக் கனவிலும்.. துரோகம் நினைக்கல.."

"அதை என் தங்கச்சியிடம் சொல்லு.."

"இப்ப உன் கை ஓங்கிருச்சில்ல.."

"இதைத்தான்.. யானைக்கொரு காலம் வந்தா.. பூனைக்கும் ஒரு காலம் வரும்னு அந்தக் காலத்தில் சொல்லியிருக்காங்க.."

"வந்திருச்சுடா.. உங்களுக்குக் காலம் வந்துருச்சு.. இத்தனை நாளாய் என்னை அவ குடும்பத்தை விட்டுப் பிரிச்ச விரோதியாகத்தான் பார்த்தா.. இப்ப அவளைப் பெத்தவங்களைக் கொன்ன கொலைக்காரனாய்ப் பார்க்க ஆரம்பிச்சுட்டா.. இது எங்கே போய் முடியுமோ.."

அன்று பிரசன்னா அங்காலாய்த்தபோது சங்கர் சும்மா இருந்திருக்கலாம்.. அவன் மனதில் பூங்கொடி பெற்றவர்களைத் தாக்கி எறிந்துவிட்டுப் போன காட்சி தோன்றியது.. அவள் போன பின்னால் பச்சைத் தண்ணீரைக் கூடக் குடிக்காமல் பட்டினியால் அழுது புலம்பிவிட்டு விஷமருந்தி உயிரைவிட்ட.. வளர்ப்புப் பெற்றோரின் சடலங்கள் தோன்றின..

அவன் வன்மத்துடன் பிரசன்னாவைப் பார்த்துப் பாடினான்..

"எங்கே போகும்.. இந்தப் பாதை..?

இதை யார்தான் அறிந்தவரோ.."

பிரசன்னா அவனை வெறித்தான்.. சங்கர் வெற்றிப் பார்வையுடன் விலகி நடந்தான்..

"அன்றைக்கு ஏன் நான் அப்படியொரு பழியுணர்வுடன் நடந்து கொண்டேன்..?"

சிக்னலுக்காக காரை நிறுத்திய சங்கர்.. தனக்குள் கேட்டுக் கொண்டான்..

யமுனாவை அவன் காதலித்து மணக்கவில்லை.. முறைப்படி பெண்கேட்டு முடித்த திருமணம்தான்.. ஆனால்.. கல்யாணத்திற்குப் பின்னால் அவள் காட்டிய காதலில் அவன் கரைந்து போய் விட்டானே..

அவள் மட்டும் லேசாக முகத்தைத் திருப்பியிருந்தால் சங்கரால் அதைத் தாங்கிக் கொண்டிருக்க முடியுமா..?

அப்படியிருக்கையில்.. உயிருக்குயிராய் காதலித்த காதலியின் பாரா முகம் பிரசன்னாவை எந்த அளவுக்குப் பாதித்திருக்கும்..?

பின்னாலிருந்து ஹாரன் ஒலி கிளம்ப.. பெருமூச்சுடன் காரைக் கிளப்பினான் சங்கர்..

அந்த உயரமான கட்டிடத்தின் உச்சியில் 'விஷால் குரூப் ஆப் கம்பெனிஸ்..' என்ற நியான் எழுத்துக்கள் மின்னின.. அதன் காம்பவுண்டிற்குள் காரைச் செலுத்தி.. கார் பார்க்கிங் பகுதியில் நிறுத்திவிட்டு இறங்கி.. கட்டிடத்தின் வாசல் படிகளில் விரைந்து ஏறினான்..

"குட் மார்னிங் சார்.. எம்டி இஸ் வெயிட்டிங்.. ஃபார்யு.."

அவனது கேபினுக்குள் இருந்த இண்டர்காமில் ஜெனிபர் கூறினாள்.. எம்.டி.. விஷாலின் செகரட்டரி..

"யெஸ்.. ஐ கம்.."

சங்கர் கேபினைவிட்டு வெளியே வந்து.. எம்டியின் அறையை நோக்கிச் சென்றான்.. அறை வாசலை ஒட்டி.. சுழல் நாற்காலியில் அமர்ந்து முன்னாலிருந்த டேபிளில் இருந்த கம்ப்யூட்டரில் பார்வையைப் பதித்திருந்த ஜெனிபர்.. அவனைக் கண்டதும்.. இன்டர்காமை எடுத்தாள்..

"சார்.. ஜி.எம். கம்ஸ்.."

"வரச்சொல்.."

போனை வைத்துவிட்டு சங்கரைப் பார்த்துப் புன்னகைத்தாள்..

"எம்டி வரச் சொல்கிறார்.."

சங்கர் அறைக் கதவைத் திறந்து கொண்டு உள்ளே பிரவேசித்தான்.. சுழல் நாற்காலியில் சரிந்து அமர்ந்திருந்த விஷால் அவனைப் பார்த்து தலையசைத்தான்..

"வெல்கம் மிஸ்டர் ஜி.எம்."

விஷால்.. அந்த விஷால் குரூப் ஆப் கம்பெனி என்ற மிகப் பெரிய சாம்ராஜ்யத்தின் அதிபதி.. மிக இளம் வயதிலேயே வெற்றிக் கொடியை நாட்டிய வீரன்.. தன் இருபத்தி எட்டாம் வயதில் சென்னையின் தொழிலதிபர் வட்டாரத்தில் எல்லோராலும் அறியப்படும் பெருமை உடையவன்.. சங்கரை பெயர் சொல்லி அழைக்க மாட்டான்..

'மிஸ்டர்.. ஜி.எம்..'

இதுதான் அவன் அழைக்கும் முறை.. பதினெட்டு வயதில் தந்தையை இழந்து... அவன் தொழிலுக்கு பொறுப்பேற்ற போது.. தோள் கொடுத்து உடன்

நின்ற சங்கரை தனது தந்தைக்கு நிகராகவே அவன் நினைத்தான்..

10

விஷால் ஆறடி உயரத்தில்.. சிவந்த நிறத்துடன்.. அழகான ஆண்மகனாக இருந்தான்.. அவன் சிரிக்கும் விதம் எதிரேயிருப்பவரை வசீகரித்தது.. அவனுடைய நடை.. உடை.. பாவனைகளில்.. மேல்தட்டு வர்க்கத்தின் அடையாளங்கள் பளிச்சிட்டன..

'தி கம்ப்ளீட் மேன்..' என்று.. என்றும் போல.. அன்றும் நினைத்துக் கொண்டான் சங்கர்..

"வாட் இஸ்த மேட்டர் சார்..?"

"நம்ம நியூ புரொஜெக்டை அறிமுகப் படுத்த விளம்பரத்திற்கு ஏற்பாடு பண்ணிட்டீங்களா ஜி.எம் சார்..?"

"யெஸ் சார்.. பேன்ஸி அட்வெர்டைசிங் கம்பெனியில் பேசியிருக்கிறேன்.."

"மாடல் யாருன்னு செலக்ட் பண்ணிட்டீங்களா..?"

"இன்னும் இல்லை சார்.."

"பைனலா டிசைட் பண்ணுவதற்கு முன்னால்.. என்னை ஒரு வார்த்தை கேட்டுக்குங்க.."

"ஓகே சார்.."

"இது காஸ்மெடிக் அயிட்டம்.. இதை மாடலிங் செய்ய இளமையும்.. அழகும் சேர்ந்த.. புதுமுக மாடல் இருந்தால் தேவலை.."

"உங்க எதிர்பார்ப்பை அட்வெர்டைசிங் கம்பெனியில் சொல்லி விடுகிறேன் சார்.."

சங்கர் விடைபெற்றுக் கொண்டு விஷாலின் அறையைவிட்டு வெளியே வந்தான்..

ஒவ்வொருவருக்கும்.. ஒவ்வொரு எதிர்பார்ப்பு இருக்கிறது என்று நினைத்துக் கொண்டு தன் கேபின் கதவைத் திறந்து உள்ளே சென்று

அமர்ந்தான்.. அவன் மனதில் பிரசன்னாவின் எதிர்பார்ப்பை பற்றிய நினைவு எழுந்தது..

பிரசன்னா பூங்கொடியிடம் திருமணத்திற்கு முன்பு கண்ட காதலை எதிர்பார்த்தான்.. அது அவனுக்கு கிடைக்கவில்லை.. மனம் போன போக்கில் வாழ்ந்து கொண்டிருந்தபோது.. பூங்கொடி அவனை வெறுத்து விலகாமல் காதலைக் காட்டினாள்..

அதுவே அவளுக்கு கணவனாகி.. குடும்பமாக அவன் வாழத் துடித்தபோது அவள் மனதளவில் ஒட்டாமல் விலகிச் சென்றாள்..

சங்கர் மாதத்திற்கு இருமுறை குன்னூர் சென்று வந்தான்.. அவன் போகும் போதெல்லாம் பூங்கொடி மௌனக் கண்ணீர் விட்டாள்.. சங்கர் மனம் பதறி விசாரித்தான்..

"ஏம்மா.. பிரசன்னா உன்னை நல்லாத்தானே வைத்திருக்கிறான்..?"

"என்னிடம் எதுவும் கேட்காதே அண்ணா.."

"அவன் மாறிவிட்டான்தானே.."

"எது மாறியிருக்கு..? எதுவும் மாறவில்லை.. எல்லாம் அப்படியேதான் இருக்கு.."

பூங்கொடி பொருமிக் கொண்டிருந்தபோது..

"ஆனா.. நீ மாறிட்டியேடி.. அதை ஏன் உன் பாசமலர் அண்ணன்கிட்டச் சொல்லவில்லை..?" என்று மாடிப் படிகளில் இறங்கிக் கொண்டே பிரசன்னா கேட்டான்..

அவன் அருகே வந்தபோது.. மது வாசனையை உணர்ந்த சங்கர் முகம் சுளித்தான்..

"குடித்திருக்கிறாயா பிரசன்னா..?"

"அதை ஏன் கேட்கிறாய் அண்ணா.. குட்டியும்.. புட்டியுமாக அலைந்தவர்தானே இவர்..? குடிப்பது இவருக்கு என்ன புதிதா..?" என்றாள் பூங்கொடி..

பூங்கொடியின் அருகே தள்ளாட்டத்துடன் பிரசன்னா அமர.. பூங்கொடி எழுந்து கொள்ள முயன்றாள்.. பிரசன்னா அவள் கை பற்றித் தடுத்தான்..

"எங்கேடீ போறே.. என் அருமைப் பெண்டாட்டி..? உன் அண்ணன்காரனிடம் என்னடி சொன்னே..? நான் குட்டியும்... புட்டியுமா... அலைந்தவனா...?

ஆமாண்டி.. அப்படித்தான் அலைஞ்சேன்.. ஆனா.. உன் மனச்-சாட்சியைத் தொட்டுச் சொல்லு.. இப்ப புட்டியோடு மட்டும்தான அலை-கிறேன்...? குட்டியை நினைத்தாவது பார்த்தேனா...? உன்னைத்தானேடி நினைத்துக்கிட்டு இருக்கேன்..?"

பூங்கொடிக்கு முகம் சிவந்து விட்டது.. தமையனின் முன்னால் கணவன் இந்த ரீதியில் பேசுவதை அவள் விரும்பவில்லை.. அதைத் தடை செய்ய முடியாமல் சுள்ளென்று பேசினாள்..

"நல்ல குடும்பத்தில் பிறந்திருந்தால் நல்ல பழக்க வழக்கங்கள் இருந்-திருக்கும்.. இதுவோ இஷ்டம்போல வளர்ந்தது.. இப்படித்தான் பேசி வைக்கும்.."

"என்னடி.. மரியாதை குறையுது.."

பிரசன்னா கடுமையுடன் கேட்டவாறு பூங்கொடியை அடித்து விட்-டான்.. வழக்கம்போல சங்கர் தட்டிக் கேட்க தகராறு முற்றியது..

"ஏண்டா.. இவ குடும்பத்தை இழுத்துப் பேசுறா.. இது உன் காதில ஏறாதா..? இவளைக் கண்டிச்சா.. நீ வரிந்து கட்டிக்கிட்டு பஞ்சாயத்துக்கு வருவியா..?"

"இதோ பார் பிரசன்னா.. வாய் வார்த்தைக்கு.. வாய் வார்த்தையாய்ப் பதில் சொல்.. அதை விட்டுட்டு கை நீட்டுவது என்ன பழக்கம்..?"

"எனக்கு மட்டும் உன் தங்கையை அடிக்கணுமுன்னு ஆசையா..?"

"இல்லைப்பா.. அவளுக்குத்தான் உன்கிட்ட அடிவாங்கனுமுன்னு ஆசை.. எங்க வீட்டில் இவளை எப்படி வளர்த்தோம் தெரியுமா..? பொத்திப் பொத்தி வளர்த்தோம்.. யாரும் கை தொட்டு அடித்ததில்லை.."

பழைய நினைவில் சங்கர் கண் கலங்கினான்.. பூங்கொடியும் கூடவே அழ ஆரம்பிக்க.. பிரசன்னா தலையில் கை வைத்துக் கொண்டு அமர்ந்து விட்டான்..

"நம்ம அம்மாவும்.. அப்பாவும் இருந்திருந்தா.. எனக்கு இந்தக் கதி வந்திருக்குமா அண்ணா..?"

"ஏண்டி.. இப்ப உன்கதிக்கு என்ன குறைச்சல்..?"

"போக ஒரு இடமில்லைன்னு ஆனதினால்தான் இவர் என்னை இப்படி அடித்துக் கொல்கிறார்.."

"அடிக்கிறேன்னு சொல்லு.. கொல்கிறேன்னு சொல்லாதே.. ஆமாம்.. போக ஒரு இடமில்லைன்னு உன்னை என்னைக்காவது நான் சொல்லிக் காட்டியிருக் கிறேனா..?"

"சொல்லி எப்படிக் காட்டுவார்..? அதான் என்னை வைத்தே நம்ம அம்மா.. அப்பாவை இவர் கொன்று விட்டாரே.. அதுக்கு மேலயும் சொல்லிக் காட்ட வாய் வந்து விடுமா என்ன..?"

அன்று பிரசன்னாவின் முகம் மாறியதை நினைத்துப் பார்த்த சங்-கருக்கு அவன் மேல் பரிதாபம் காலம் கடந்து வந்து தொலைத்தது.. இன்று அவன் மனதில் சுரந்த கருணையை அன்று பிரசன்னாவிடம் காட்ட அவன் மறுத்ததை நினைத்து.. தன்னைத்தானே வெறுத்துக் கொண்டான் சங்கர்..

"உன் தங்கை பேசுவது நியாயமா..?" என்று கேட்டானே.. அப்படிக் கேட்டவனிடம் ஆறுதலாக ஒருவார்த்தை..

"நியாயமில்லைதான்.." என்று சொல்ல சங்கரால் ஏன் முடியாமல் போனது..?

அதை விட்டுவிட்டு அநியாயமாக பதில் சொன்னான் சங்கர்..

"அவள் கேட்பதும் நியாயம்தானே.. எங்க அப்பா.. அம்மாவின் சாவுக்கு நீதானே காரணம்..?"

ஏற்கெனவே விலகி நிற்கும் பூங்கொடியின் மனதில் இந்தப் பதில் பதிந்தால் என்ன ஆகும் என்று பதறிப் போனான் பிரசன்னா..

"அபாண்டமாய் பேசாதேடா.. நான் என்னடா செய்தேன்..?"

"பெண் கேட்டு ஏன் வந்தாய்..?"

"இது என்னடா வம்பாப் போச்சு.. காதலிச்சவளைக் கைவிட்டால்-தான் தப்பு.. பெண் கேட்டு வந்தால் என்னடா தப்பு..?"

"என் அப்பா கோபப்படும்போதே.. இப்போ இதைப் பத்திப் பேச வேணாம்.. இன்னொருநாள் பேசிக்கலாமுன்னு எவ்வளவோ கெஞ்சிப் பார்த்தேனே... நீ காதிலேயே போட்டுக்கலையே.. நீ மட்டும் அப்போது என் பேச்சைக் கேட்டிருந்தால்..?"

முடிக்காத அந்தக் கேள்வியினால்... அடுத்த பதினைந்து நாள்களும் நரகமாகப் போவதை உணர்ந்து கொண்டான் பிரசன்னா.. அவனது முது-குத் தண்டு ஜில்லிட்டது..

பூங்கொடியின் வெறித்த பார்வை அவனைக் 'கொலைகாரா..' என்று சொன்னது..

வாழ்நாள் பூராவும் இது தொடரக் கூடும் என்ற அச்சம் அவனுக்குள் முளைவிட்டது..

சங்கர் சென்னைக்குத் திரும்பிய இரண்டாவது நாளில் பிரசன்னா அவனைத் தேடி வந்தான்..

"பூங்கொடியைத் தனியாய் விட்டுவிட்டா வந்தாய்..?"

"துணைக்கு என் பெரியம்மாவை கிராமத்திலிருந்து வரச்சொல்லி.. இருக்க வைத்துவிட்டுத்தான் வந்திருக் கிறேன்.."

"என்ன விசயம்..?"

"நான் என்ன விசயத்தைப் பற்றிக் கேட்கப் போகிறேன்னு உனக்குத் தெரியாதா..?"

பிரசன்னாவின் ஊடுருவும் பார்வையை நிதானமாக எதிர்கொண்டான் சங்கர்..

அவனுக்குத் தெரிந்திருந்தது.. 'எனக்கும்.. என் மனைவிக்கும் ஊடே நீ வராதே..' என்று சொல்லப் போகிறான்..

அது நியாயமான ஒன்றுதான் என்றாலும்.. பிரசன்னா கேட்டதைச் செய்ய முடியாமல் தடுத்தது கோதை நாச்சியாரின் வேண்டுதல் மட்டும்-தானா.. என்று கேள்வி கேட்டது சங்கரின் உள்ளம்..

11

பிரசன்னா வதைபடுவதைக் காண்பதில் குரூரமான மனநிறைவு மனதில் ஏற்படுவதை உணர்ந்தான் சங்கர்..

அவன் வதைபட.. வதைபட.. வரதராஜனின் ஆத்மாவும்.. கோதை நாச்சியாரின் ஆத்மாவும் சாந்தியடை கின்றன என்று நம்பினான் அவன்..

அதனால் ஒன்றும் அறியாதவனைப் போல முகத்தை வைத்துக் கொண்டு..

"தெரியவில்லையே.." என்று சொன்னான்..

பிரசன்னாவின் இதழ்கள் ஏளனமாக வளைந்தன..

"தூங்குகிறவனை எழுப்பி விடலாம் சங்கர்.. தூங்குவதைப் போல நடிப்பவனை எழுப்பி விடமுடியாது.."

"இதைச் சொல்லவா.. வேலை மெனக்கெட்டு குன்னூரிலிருந்து சென்னைக்கு வந்தாய்..?"

"ம்ஹூம்.. நான் கெட்டவனாக இருந்தபோது.. என் முன்னால் நின்று பேசக்கூட எல்லோரும் பயப்படுவார்கள்.."

"நான் பயந்ததில்லை.."

"இப்போ நல்லவன் ஆகிவிட்டேன்.. சுண்டெலிகூட என்மேல் ஏறி விளையாடுகிறது.."

"யாரைச் சுண்டெலி என்கிறாய்.. என்னையா..?"

"உன்னைப் போய் சுண்டெலின்னு எந்த விவரமான வனாவது சொல்லுவானா..? நீ குள்ள நரியாச்சே.."

"அப்படியா.. அப்போ நீ யாரு.. சிங்கமா..?"

"சிங்கமாத்தாண்டா இருந்தேன்.. உன் தங்கை என்னை இப்படிக் கட்டிபோட்டு விட்டாள்.."

"கட்டவிழக்கிறதில் நீ மன்னனாச்சே.."

"இது நான் அவிழ்க்க விரும்பாத கட்டு.."

"அது உன் பிரச்னை.. இப்போது எதுக்கு என்னைப் பார்க்க வந்த..? எனக்கு ஆயிரம் வேலையிருக்கு.."

"இத்தனை வேலைகளை வைத்துவிட்டு எதுக்குடா மச்சான் இரண்டு வாரத்துக்கு ஒருதடவை குன்னூருக்கு வந்து என் உயிரை எடுக்கிறே..?"

"அதுதான் நீயே சொல்லிட்டியே.."

"என்னன்னு..?"

"உன் உயிரை எடுக்கன்னு.."

"ஸோ.. அதை உன் வாயாலேயே ஒப்புக்கிற.."

"ஆமாம்.. அதுக்கு இப்ப என்னாங்கற..?"

"இதைப் பாருடா.. என் அருமை மச்சான்.. எனக்கு பதிலா ரெளடி ஆகிட்டதை..! இருந்தாலும் உனக்கு இவ்வளவு தெனாவெட்டு ஆகா-துடா.. மச்சான்.."

"என் தெனாவெட்டைப் பற்றிக் கவலைப் படுவதை விட்டுட்டு ஊர்-போய் சேருகிற வழியைப் பாரு.. என் தங்கச்சி தனியாய் இருப்பா.."

"அதுதான் துணைக்கு ஆளிருக்குன்னு சொன்னேனே.."

"இதுதான் நீ கட்டிக்கிட்டவளை கவனிச்சுக்கிற லட்சணமா..? ஊரே துணைக்கு இருந்தாலும்.. நீ துணைக்கு இருக்கிறதைப் போல ஆகுமா..?"

"தோடா.. உன் மனசில் அந்த நினைவுகூட இருக்காடா மச்சான்..?"

"இல்லாமல் என்ன..?"

"அது இருந்தால் ஏன்.. என் பெண்டாட்டி மனசைக் கலைக்கிற.."

"கலைகிற மனசு என் தங்கச்சிக்கு இல்லைடா.. அது இருந்திருந்-தால் நாங்க சொன்ன பேச்சைக் கேட்டிருப்பாள்.."

"நீ அதிலேயே இரு.."

"இழந்தவங்க நாங்கடா.. எங்களால் அதை மறக்க முடியாது.."

"அதையே பிடித்துக் கொண்டு தொங்கினா.. எங்க வாழ்க்கை என்-னவாகிறது..?"

"அனுபவி.."

"சங்கர்.."

"பெத்தவங்க கிட்ட இருந்து பெண்ணைப் பிரிச்சு.. அவங்க தற்-கொலை பண்ணிக்க காரணமா இருந்தா யில்லையா.. இப்ப அனுபவி..

இதுக்குத்தான ஆசைப் பட்ட..?"

"வேண்டாம் மச்சான்.. விலகிரு.."

"மாட்டேன்.."

"நீ வருவதால் என் பெண்டாட்டி டிஸ்டர்ப் ஆகிறா.."

"பெத்தவங்களை நினைக்கிறது.. உனக்கு டிஸ்டர்ப் ஆகிறதா இருக்கா..?"

பிரசன்னா சங்கரையே இமைக்காமல் பார்த்தான்.. சங்கர் அயர-வில்லை.. பிரசன்னா சேரில் சாய்ந்து அமர்ந்து கொண்டான்..

"அப்ப.. நீ இந்த ஆட்டத்தை நிறத்த மாட்டே.."

"மாட்டேன்.."

"ஆமா.. உன் அம்மாவுக்கு என்னன்னு சொல்லி சத்தியம் பண்ணிக் கொடுத்தே..?"

"கடைசி வரைக்கும் என் தங்கையை கைவிட மாட்டேன்னு.."

"அவசரப்பட்டுட்டியே மச்சான்.. இப்படி ஊடே உன் தங்கச்சி அல்-பாயுசில போகப் போறது தெரியாம வாய் விட்டுட்டியே.."

சங்கர் துணுக்குற்றான்.. அதிர்ந்து நிமிர்ந்தான்..

"பிரசன்னா.. நீ என்ன சொல்றே..?"

"வேற வழி..? நல்லவனா இருந்து பார்த்தேன்.. ஒண்ணும் தோதுப்-படற மாதிரி தெரியலை.. பழையபடி ஆடிப் பார்த்திட வேண்டியதுதான்.. இதுவரை புட்டிதான்.. இனிமே குட்டிதான்.."

"என் தங்கை கண்ணீர் விட்டா நான் பார்த்துக்கிட்டு சும்மா இருக்க மாட்டேன்.."

"அந்த நினைப்பு உன் மனசில இருந்திருந்தால் நீ அடங்கியிருந்தி-ருக்கணும்.. அதை விட்டுட்டு.. உன் தங்கையைத் தூண்டி விட்டிருக்கக் கூடாது.. இதோ பாருடா மச்சான்.. என் அத்தை.. அதுதான் உன்னை வளர்த்த.. பூங்கொடியைப் பெற்ற அம்மா.. அவங்க

ஆத்மா நிம்மதியாய் இருக்கணுமின்னா.. அவங்க மக நிம்மதியா இருக்கணும்.. அவ நிம்மதி இப்ப.. என் கையில் இருக்குடா.."

"நான் என் தங்கையை என்கூட கூட்டிக்கிட்டு வந்திருவேன்.."

"வந்தால் கூப்பிட்டுக்கிட்டு வா.. வரமாட்டா.. செத்தாலும் புருஷன் வீட்டில் சாவாளே தவிர.. படிதாண்ட மாட்டா.. அந்த வகையில் உன் வீட்டில் அருமையாத்தான் பொண்ணை வளர்த்து வச்சிருக்கீங்களடா மச்சான்.."

"அவ உன்னைக் காதலிச்சவ பிரசன்னா.."

"இப்ப காதலிக்க மாட்டேன்கிறாளே.."

"அதுக்காக..?"

"என்னைக் காதலிக்கிறவ.. எவளாவது கிடைச்சா.. அவகூட வாழப் போகிறேன்.. உன் தங்கச்சி கண்ணைக் கசக்கினா.. அவளே சொன்னதைப் போல.. கொன்று புதைத்துட்டு போறேன்.. ஆனா பாரு.. அதுக்கெல்லாம் அவசியமே இருக்காது.. என் பழைய ஆட்டத்தை அவள் கண்முன்னாலேயே வீட்டுக்குள் ஆரம்பிச்சேன்னு வை.. அவ பொட்டுன்னு போய்ச் சேர்ந்துருவா.."

சங்கர் மனம் பதறினான்..

"உன் தங்கையைப் பார்த்துக்கடா சங்கர்.." கோதை நாச்சியார் அவன் மனதுக்குள் நின்று கத்தினாள்..

"இப்ப நான் என்ன செய்யணும்..?"

சங்கரின் கேள்வியால் பிரசன்னா வாய்விட்டுச் சிரித்தான்..

"அப்படி வா வழிக்கு.. மயிலே.. மயிலேன்னா இறகு போடாதுங்கறது உன்னைப் பொறுத்தவரை சரியாகத்தான் இருக்கு.."

"வீண் பேச்சு வேண்டாம்.."

"எனக்கும் வேண்டாம்.."

"சொல்லு.. என் தங்கை நிம்மதியாய் இருக்க நான் என்ன செய்யணும்..?"

"உன் தங்கையை பார்க்க வராம விலகி நிற்கணும்.."

"நான் விலகிநின்னா.. அவ என்னையும்.. எங்க அப்பா.. அம்மாவையும் மறந்துவிடுவாளா..?"

"அதை மறக்காமல்.. அவள் வாழாமல்.. அழிந்து போகணும்னுதான நீ ஆசைப்படுகிற..? நீயெல்லாம் ஒரு அண்ணாவா..?"

பிரசன்னாவின் கேள்வி.. வேகத்துடன் அவனைத் தாக்கியது.. அவன் கண்களை மூடிக் கொண்டான்.. மூடிய கண்களில் இருந்து கண்ணீர் வழிந்தது.. கடைசியில்.. அவனுக்கென்று மிஞ்சிய சொந்தத்தையும் அவன் பார்க்கப் போகாமல் விலகிவிட வேண்டும் என்ற நிலையை அவனால் தாங்கிக் கொள்ள முடியவில்லை..

"அவள் என் தங்கை பிரசன்னா.."

"எனக்கு அவள் பெண்டாட்டி.. எங்களை வாழவிடு.."

சங்கர் விலகி நின்றான்.. பிரசன்னாவின் சொல்லுக்குக் கட்டுப்பட்டான்.. பூங்கொடியைப் பார்க்கப் போகாமல்.. வேலையில் தன்னை மூழ்கடித்துக் கொண்டான்.. அவனுடைய முதலாளி சாண்டில்யன்.. அப்போதுதான் புதிதாகத் தொழில் தொடங்கியிருந்தார்.. அவருடன் இணைந்து இரவு பகல் பாராமல் அவன் உழைத்ததில்.. அவருக்கு வலதுகரமாக ஆகிப் போனான்..

சாண்டில்யன் தொழிலில் ஏற்றம் கண்டபோது அவருக்கு விஷால் பிறந்தான்.. மகனின் பெயரில் புதிய தொழிலை அவர் தொடங்கினார்.. தன் தொழில்களுக்கு 'விஷால் குருப் ஆப் கம்பெனிஸ்..' என்று பெயர் வைத்தார்..

தனியனாக.. சொந்தமென்று சொல்லிக் கொள்ள யாரும் இல்லாத அநாதையாக சங்கர் வாழ்ந்து கொண்டிருந்தபோது ஒருநாள் பிரசன்னா அவனைத் தேடி வந்தான்..

'இவன் எங்கே வந்தான்..?' என்று நினைக்கும் போதே.. பூங்கொடியைப் பற்றிய அச்சம் மனதில் எழ..

"பூங்கொடிக்கு என்ன ஆச்சு..?" என்று பதறினான்..

பிரசன்னா சங்கரை முறைத்த முறைப்பில்.. 'என்னைப் பாதகனாகவே நினைக்கிறாயா..' என்ற எரிச்சல் தெரிந்தது..

சங்கர் அதை பொருட்படுத்தவில்லை..

12

"இப்ப எதுக்கு இப்படிப் பதட்டப் படறே..?"

"என் தங்கைக்கு என்னடா ஆச்சு..?"

"அவளுக்கு ஒண்ணும் ஆகலை.. எனக்குத்தான் பைத்தியம் பிடிச்சுரும் போல இருக்கு.."

"பண்ணின பாவம் அப்படி.."

"அப்படி என்ன பாவத்தைப் பண்ணிட்டேன்..?"

"பெத்தவங்ககிட்ட இருந்து பெண்ணைப் பிரிக்கிறது பாவமில்லையா..?"

"அந்த கீறல் விழுந்த ரிகார்டைப் போல இதையே.. எத்தனை தரம்தான் சொல்லுவே..? நான் தெரியாமல்தான் கேட்கிறேன்.. அந்தப் பெண்ணை வீட்டுக்குள்ளேயே வைத்து ஊறுகாயா போட்டிருப்பீங்க..? எப்படியும் ஒருத்தனுக்கு கல்யாணம் பண்ணிக் கொடுத்திருக்கத்தான் போறீங்க.. அதை எனக்குப் பண்ணிக் கொடுங்கன்னு தானே நான் கேட்டேன்.."

"என்ன என் தங்கையைப் பார்க்க வரவிடாமல் செய்தயே.. அது மட்டும் சரியா..?"

"நீ உருப்படியாய் வந்து போனால் நான் ஏன் அப்படிச் சொல்லப் போகிறேன்..? நீதான் வந்து அவளுக்கு உடுக்கடித்து பேயாட வைத்தாயே.."

"இப்ப எதுக்கு வந்து நிற்கிற..?"

"ஏன்.. நான் உன்னை பார்க்க வரக்கூடாதா..? எனக்கு அந்தச் சொந்தமில்லையா..?"

"என் தங்கையை என்னிடமிருந்து பிரித்து விட்டுச் சொந்தத்தைப் பற்றியெல்லாம் நீ பேசாதே.."

"சரி.. பேசவில்லை.. ஆனால்.. நீ ஒரு தடவை குன்னூருக்கு வா.."

"அது எதுக்கு..?"

"உன் தங்கைக்கு புத்தி சொல்ல.."

"அவ என்ன புத்திகெட்டுப் போயா இருக்கிறா..?"

"ஆமாம்.."

"என்னது..?"

"புத்தியிருக்கிறவ.. புருஷனுக்குத் தெரியாம அபார்ஷன் பண்ணிக்கப் போவாளா..?"

"பிரசன்னா.."

காதில் விழுந்த செய்தியைக் கேட்டு.. மகிழ்ச்சி.. துக்கம் இரண்டும் கலந்த கலவையான உணர்விற்கு ஆட்பட்டான் சங்கர்..

"ஒவ்வொரு நாளும் அவளைக் காவல் காக்கிறதுக்குள்ள உயிர் போய்.. உயிர் வருது.. நீ வந்து உன் தங்கையிடம் சொல்லு.."

சங்கர் மறுப்பான் என்று எதிர்பார்த்த பிரசன்னா.. அவனை மிரட்டு-வதற்கான வார்த்தைகளைத் தேடிக் கொண்டிருக்க..

"வருகிறேன்.." என்றான் சங்கர்..

சொன்னபடி அந்த வார இறுதியில் குன்னூருக்கு சென்றான்.. பூங்-கொடியைப் பார்த்தான்.. இளைத்து கருத்திருந்தாள்.. அருகில் அமர்ந்-தவனின் தோள் சாய்ந்து கண்ணீர் உகுத்தாள்..

"இப்போ எதுக்கு உன் தங்கை அழுகிறா.." பிரசன்னா எரிச்சல் பட்-டான்..

சங்கர் எப்போது தூண்டிலைப் போட்டு விலாங்கை இழுப்பானோ.. என்ற கவலையில் அவன் ஆழ்ந்திருக்க.. சங்கர் அவனது எதிர்பார்ப்-பைத் தகர்த்தான்..

"ஏம்மா.. நான் கேள்விப் பட்டதெல்லாம் உண்மையா..?" என்று இதமாகக் கேட்டான்..

பூங்கொடி பதில் சொல்லாமல் மௌனக் கண்ணீரைவிட,

"அழாதேம்மா.. உன் வயிற்றில் நம்ம அப்பாவே வந்து பிறப்பார்.." என்று சொன்னான்..

"அண்ணா.." அவள் விழி விரிய நிமிர.. அவளது கண்ணீரத் துடைத்தான்..

"ஆமாம் பூங்கொடி.. நம்ம அப்பாவும்.. அம்மாவும்.. நம்மைவிட்டு எங்கேயும் போக மாட்டாங்க.. நமக்குத்தான் பிள்ளைகளா வந்து பிறப்-

பாங்க.."

பிரசன்னா இதை எதிர்பார்த்திருக்கவில்லை.. சங்கர் கிளம்பிய-போது... அவனது கையை இறுக்கிப் பிடித்து..

"தேங்க்ஸ் மச்சான்.." என்றான்..

சங்கர் கையை உறுவிக் கொண்டான்..

"இதை நான் உனக்காகச் செய்யவில்லை.. என் தங்கைக்காகச் செய்தேன்.. நீயே சொன்னதைப்போல.. அவளுக்கு வாழ வேண்டிய வயது.. அவள் வாழ்க்கையும் உன்னோடுதான்.. எனக்கு என்ன வேண்-டும்..? என் தங்கை சந்தோஷமாக வாழ வேண்டும்.. இன்பேக்ட்.. என் அப்பாவும்.. அம்மாவும் கூட இதைத்தான் விரும்புவார்கள்.."

"வாராவாரம் வந்து போ சங்கர்.."

"வேண்டாம்.."

"ஏன்.. அதுதான் நானே உன்னை வரச் சொல்கிறேனே.."

"நீ வான்னா வருவதற்கும்.. போன்னா.. போகிறதுக்கும்.. நான் உன் வீட்டு ஆட்டுக்குட்டியில்லை.. அன்டர்ஸ்டாண்ட்..?"

"நான் உன் எதிரியில்லை சங்கர்.."

"என் நண்பனுமில்லை.. வேண்டாம்.. உனக்கும்.. எனக்கும் ஆகாது.. நான் இங்கே வந்து போக இருந்தால்.. என்னையறியாமல்.. என் அப்-பாம்மாவைப் பற்றிப் பேசி வைப்பேன்.. பூங்கொடியின் மனம் கலங்கும்.. அது அவள் வயிற்றிலிருக்கும் குழந்தையைப் பாதிக்கும்.."

"அப்ப.. நீ என் வீட்டுக்கு வரவே மாட்டாயா..?"

"அவசியமிருந்தால் வருவேன்.. உனக்கு மகன் பிறந்தவுடன் சொல்லு.. தாய் மாமன் சீர் செய்ய ஓடி வருகிறேன்.."

சங்கர் ஆட்டோவில் ஏறிக்கொள்ளப் போனபோது பிரசன்னா அவனது தோளைத் தொட்டான்..

"என்ன..?"

"ஒரு கல்யாணத்தைப் பண்ணிக்கடா மச்சான்.. இப்படித் தனித்து நிற்காதே.. உன்னைத் தனிமைப் படுத்தி விட்டேனோன்னு என் மனசுக்கு கஷ்டமா இருக்கு.."

ஈர மனமுடையவன் என்று பிரசன்னா அன்று நிரூபித்தான்.. அவன் சொன்ன வார்த்தைகள் அவனது இதயத்திலிருந்து வந்தன என்பதை சங்கர் உணர்ந்தான்..

அவன் சொன்ன பின்னால்தான்.. தனக்கென்று ஒரு துணையைத் தேடிக் கொள்ளத் தோன்றியதோ என்று சங்கர் அதன் பின்னால் பலமுறை யோசித்திருக்கிறான்..

எது எப்படியோ.. சங்கர்.. பெண்தேட ஆரம்பித்தான்.. தரகர் சொன்ன இடங்களுக்கு போய் வந்து கொண்டிருந்த போது.. பிரசன்னா அவனுக்கு மகன் பிறந்திருக்கும் செய்தியை போனில் சொன்னான்..

உடனே தங்கச் சங்கிலி வாங்கிக் கொண்டு பறந்தோடினான் சங்கர்..

"நீ சொன்னதைப் போலவே.. நம் அப்பா வந்து பிறந்திருக்கிறார் அண்ணா.."

பூங்கொடியின் முகத்தில் புன்னகை மலர்ந்ததை பிரசன்னா வியப்போடு பார்த்தான்.. அவன் கண்கள் கலங்கின..

சங்கர் தங்கச் சங்கிலியை எடுத்து குழந்தையின் கழுத்தில் போட்டுவிட்டு குழந்தையைத் தூக்கி முத்தம் கொடுத்தான்... அன்றே சென்னைக்கு திரும்பியும் விட்டான்..

பூங்கொடியின் மனம் மாறி.. அவள் பிரசன்னாவுடன் இசைந்து வாழ்ந்து விடுவாள் என்ற நம்பிக்கை அவனுக்கு உதயமானது..

யமுனாவைப் பெண் பார்த்த அன்றே அவனுக்குப் பிடித்துப்போக.. பெண்ணுடன் தனிமையில் பேச விரும்பினான்..

"எனக்கு தாய் தகப்பனில்லை.. என்னை வளர்த்தது சித்தப்பாவும் சித்தியும்தான்.. அவங்களைத்தான் நான் அம்மா.. அப்பான்னு கூப்பிட்டேன்.. அவங்களும் ஒருநாள் என்னை விட்டுப் போயிட்டாங்க.. எனக்கென்று இருக்கும் ஒரே சொந்தம் என் தங்கை பூங்கொடிதான்.. அவளும் கல்யாணமாகி.. பிரிந்து போயிட்டா.."

தலை குனிந்து நின்றிருந்த யமுனா விழியுயர்த்தி அவனைத் தாய்மைப் பெருக்குடன் பார்த்தாள்..

"இனி எல்லாமுமாக நான் இருப்பேன்.."

சங்கர் பிரமித்து விட்டான்..

இது எப்படி சாத்தியம்..? அன்றுதான் அவளைப் பார்த்தான்.. அவள் அவனுக்கு அனைத்துமாக ஆகிப்போனாள்..

'யாதுமாகி நின்றாய்..'

இந்த வார்த்தைகளுக்கு வடிவம் கொடுத்து நின்றாள் யமுனா.. அவளது கரம் பற்றிக் கண்களில் ஒற்றிக் கொண்டான் சங்கர்..

அவர்களின் திருமணத்திற்கு... பிரசன்னாவும்.. பூங்கொடியும் ஒரு வயதுக் குழந்தையான வசந்தனுடன் வந்திருந்தார்கள்..

பிரசன்னா.. மைத்துனனின் சீராக தங்கச் சங்கிலியை சங்கருக்கு போட்டுவிட்டான்..

சங்கர் தன் வாழ்க்கையை யமுனாவுடன் ஆரம்பித்தான்.. ஐந்து வருடங்கள் உருண்டோடிய பின்னால்.. யமுனா கருவுற்றாள்.. அவர்களுக்கு திருமணமான ஆறாவது வருடத்தில் மாளவிகா பிறந்தாள்..

"நம் அம்மாம்மா.."

குழந்தையைப் பார்க்க வந்திருந்த பூங்கொடியிடம் சொன்னான்.. அவள் கண்ணீர் விட்டாள்.. குழந்தைக்கு செய்ய வேண்டிய சீர் வரிசையைச் செய்துவிட்டுப் போய் விட்டாள்..

13

மாளவிகா தளர்நடையுடன் இருந்தபோது ஒருநாள் பிரசன்னாவிடமிருந்து போன் வந்தது..

"ஊட்டியில் எஸ்டேட் வாங்கியிருக்கேன் மச்சான்.."

"வாங்கு.."

"வார வெள்ளிக்கிழமை திறப்பு விழா நடத்தப் போகிறேன்.."

"நடத்து.."

"என்னப்பா.. இப்படிப் பட்டுக் கொள்ளாம பதில் சொல்கிற..?"

"நீதானே என்னை பட்டுக் கொள்ளாம இருக்கனுமுன்னு கேட்டுக்கிட்ட..?"

"நீ அதை மறக்கவே மாட்டாயா..?"

"எனக்கு மறந்து பழக்கமில்லை.."

"எனக்கும்கூட அப்படித்தான்.. மறந்து பழக்கமிருந்தா உன் தங்கையை மறந்துட்டு.. வேறு எவளையாவது கட்டிக்கிட்டு நிம்மதியாய் குடும்பம் நடத்தியிருப்பேன்.."

"குடும்பம் நடத்தியிருப்பாயா..? யார்..? பிரசன்னாவா..? குட் ஜோக்.. நீ எந்த நிலைமையில் இருந்தாய்ன்னு மறந்து விட்டதா..? என் தங்கை உன்னை காதலித்திருக்காவிட்டால்.. நீ வாழ்ந்திருக்கிற முறையே வேற.."

"அதுகூட எனக்கு நிம்மதியாகத்தான் இருந்திருக்கும்.."

பிரசன்னாவின் வார்த்தைகளில் தொனித்த விரக்தியை உணர்ந்த சங்கரின் மனம் துணுக்குற்றது..

'ஏன் இப்படிப் பேசுகிறான்...? இவனும்... பூங்கொடியும் சந்தோஷமாகத்தானே இருக்கிறாங்க..?'

நினைத்ததை வாய்விட்டுக் கேட்க முடியாமல் ஏதோ ஒன்று அவனைத் தடுத்து நிறுத்தியது..

"உன் நிம்மதியைப் பற்றிச் சொல்லத்தான் எனக்கு போன் பண்ணினாயா..?"

"நீதான் அதைப் பற்றிக் கவலைப் படவும் மாட்டாய்.. காதில் போட்டுக் கொள்ளவும் மாட்டாயே.. அப்புறமும் அதைப்பற்றி உன்னிடம் பேச.. எனக்கென்ன பைத்தியமா பிடிச்சிருக்கு..?"

"வேற என்ன பிரசன்னா..?"

"நத்திங்.." பிரசன்னா போனை வைத்துவிட்டான்..

சங்கர் வெகுநேரம் யோசனையுடன் அமர்ந்திருந் தான்.. அன்று இரவு அவன் யமுனாவிடம் இதைப்பற்றிப் பேசியபோது.. அவள் பதில் சொல்லாமல் மௌனித்தாள்..

இரவின் மெல்லிய காற்று வீசும் இதமான குளுமையில்.. விடிவிளக்கின் வெளிச்சத்தில்.. எல்லை யில்லாத வசீகரத்தோடு தெரிந்த யமுனாவை நெருங்க வேண்டுமென்ற தாபம் மனதில் சூழ.. சங்கர் அவளை நெருங்கி அணைத்தான்..

சிந்தனையோடு இருந்த யமுனாவிடமிருந்து அவனது உணர்வுகளுக்கான பதில் உடனடியாகக் கிடைக்கவில்லை.. அவனுக்குள் ஏமாற்றம் உண்டானது..

"என்ன யமுனா..?" என்றான்..

சட்டென்று சுய உணர்வுக்கு வந்த யமுனா.. அவன் குரலில் தொனித்த ஏமாற்றத்தை கண்டு கொண்டவளாய்.. அவனுடன் ஒன்றினாள்..

"என்னடி ஆச்சு..?"

"சும்மா.. யோசனையாய் இருந்தேன்.."

"யோசிக்க இதுதான் நேரமா..?"

சங்கர் அவளை ஆவேசத்துடன் இழுத்துக் கொண்ட போது.. அவனுக்கு இசைந்து கொடுத்தாள் யமுனா.. சற்று நேரத்தில்.. தாபம் தணிந்தவனான அவன்

அவளது நெற்றியில் முத்தமிட்டபோது சன்னமான குரலில் கேட்டாள்..

"இப்படித்தானே பிரசன்னாவிற்கும் இருந்திருக்கும்..?"

சங்கருக்கு தூக்கிவாரிப் போட்டது..

'இவள் என்ன சொல்ல வருகிறாள்..?'

"ஏண்டி இப்படிச் சொல்கிற..?"

"நீங்க என்னைக் காதலித்துக் கல்யாணம் பண்ணிக்கலை.."

"கல்யாணம் பண்ணிக்கிட்டு காதலிக்கிறேண்டி.. என் காதலில் என்ன குறை கண்டே..?"

"குறை உங்க காதலில் இல்லை.. பாசத்தில் இருக்கு.."

"புரியலை.."

"என் அத்தான்.. அவளுடைய சித்தப்பாவையும்.. சித்தியையும் நினைத்துக்கிட்டு.. பிரசன்னாவை பழி வாங்கிக்கிட்டு இருக்கிறார்.."

யமுனா இப்படித்தான்.. மனதில் நினைப்பதை.. மற்றவர்களின் மனத்தை புண்படுத்தாமல் இதமான முறையில் சொல்லிவிடுவாள்..

"யமுனா.." சங்கர் அதிர்ந்தான்..

இது பகிரங்கக் குற்றச்சாட்டு.. அந்தக் குற்றச்சாட்டில் பொதிந்திருந்த உண்மை அவனைச் சுட்டது..

"பிரசன்னா செய்த தப்புத்தான் என்ன அத்தான்.? அவர் பூங்கொடியை காதலித்தார்.."

"அதுவே தப்புத்தானேடி.."

"காதல் தப்பானதா..? உங்க ஆர்கியூமெண்டிற்கே வருகிறேன்.. காதல்.. தப்புன்னு சொல்கிறீங்களே.. உங்க தங்கையும்தானே அவரைக் காதலிச்சா..?"

"அவ பாவம்.. பச்சை மண்ணுடி.. இந்தக் காதல்.. கண்றாவியெல்லாம் அவளுக்குத் தெரியாது.."

கணவன் அவனுடைய தங்கைக்குப் பரிந்து பேசிய விதம் கண்டு யமுனா 'களுக்' கென்று சிரித்தாள்..

"எதுக்குச் சிரிக்கிற..?"

"காதல் கண்றாவியான விசயமில்லை.. அப்புறம்.. காதலிக்கிற வயதில் இருந்த உங்க தங்கை பச்சை மண்ணில்லை.."

"அவ மனதை பிரசன்னா கெடுத்து விட்டான்.."

"ஊஹூம்.. அவர் வாழ்க்கையைத்தான்.. நீங்களும்.. உங்க தங்கையும் கெடுத்துக்கிட்டு இருக்கீங்க.."

யமுனா நிர்த்தாட்சண்யமாகச் சொல்லிவிட்டாள்.. சங்கர் பிரசன்னாவின் விசயத்தில் மட்டும் நியாயத்தைக் கடைப்பிடிக்காததைச் சுட்டிக் காட்டினாள்..

"இழந்தது நாங்க.. யமுனா.."

"நாங்கன்னா..?"

"நானும்.. பூங்கொடியும்.."

"எதை இழந்தீங்க.."

"அவ பெற்றவர்களை இழந்தா.. நான் பெத்தவங் களுக்குப் பெத்தவங்களாய் வளர்த்தவங்களை இழந்தேன்.."

"அதனால.. நீங்க ரெண்டு பேரும் கூட்டுச் சேர்த்துக் கிட்டு பிரசன்னாவை நிம்மதி இழக்க வைச்சீங்க.. நான் ஒண்ணு சொல்லவா..?"

"அதுதான் நிறையச் சொல்லிட்டியே.. இதை மட்டும் ஏன் மிச்சம் வைக்கிறே.. சொல்லு.."

"உங்க இழப்பு.. ஒருநாள் துக்கத்தோடு போச்சு.. ஆனா பிரசன்னாவின் இழப்பு.. வாழ்நாள் பூராவும் தொடர்ந்துகிட்டு இருக்கு.."

"இப்பத்தான் பூங்கொடி அவனுடன் சேர்ந்து வாழ்கிறாளே.. ஒரு பையனையும் பெற்று விட்டாங்க.. அப்புறமென்ன..?"

"இல்லை அத்தான்.. எனக்கென்னவோ அப்படித் தோணலை.."

"வேற எப்படித் தோணுது..?"

"பிரசன்னாதான் உங்க தங்கையோட சேர்ந்து வாழ்ந்துக்கிட்டு இருக்கிறார்.. ஒரு பையனை அவள் பெற்றுக் கொள்ள வைத்திருக்கிறார்.. உங்க தங்கை..

நீங்க சொன்ன இரண்டையும் செய்யலை.."

யமுனாவின் வார்த்தைகள் சங்கரின் மனதில் பதிந்ததாலோ என்னவோ.. அந்த வாரம் குடும்பத்துடன் ஊட்டிக்குப் போய் இறங்கினான் சங்கர்..

மிகப் பரந்திருந்த அந்த எஸ்டேட்டின் ஆரம்ப எல்லை.. "பூங்கொடி எஸ்டேட்.." என்ற பெயர் பலகை கொண்ட வளைவுடன் ஆரம்பித்தது..

"இதைவிட ஒரு மனிதன்.. தன் காதலியை கௌரவப் படுத்திட முடியாது.." என்றாள் யமுனா..

"பூங்கொடி அந்தக் கௌரவத்திற்கும்.. காதலுக்கும் தகுதியானவள்.." என்றான் சங்கர்..

யமுனா பதில் சொல்லவில்லை.. பூங்கொடியைப் பற்றிய பேச்சுக்களில் யமுனா கொண்டிருந்த ஆணித்தரமான.. முரண்பாடான கருத்துக்கள்.. சங்கரின் மனதில் சலனத்தை உண்டு பண்ணின..

குன்னூரிலிருந்து பிரசன்னாவின் பங்களாவே மிகப் பெரியது.. ஊட்டி எஸ்டேட் பங்களா.. அதைவிடப் பலமடங்கு பெரிதாக பரந்து விரிந்திருந்தது..

வாசலில் தோரணம் கட்டப்பட்டிருக்க.. முன்னா லிருந்த நுழைவு வாயிலில் இருந்து.. வீட்டு வாசல் வரை போக.. நீண்ட சிமெண்ட் பாதை தெரிந்தது.. பாதையின் இருபக்கமும்.. அடர்ந்த பூச்செடிகள்.. அதையடுத்து தோட்டம்..

"காணக் கண் கோடி வேணும்ன்னு.. இந்த பங்களாவைப் பார்த்துத்-தான் பாடி வைத்தாங்களோ என்னவோ..?" யமுனா ரசித்தாள்..

"எனக்கொன்னும் அப்படி ஸ்பெஷலா எதுவும் தோணலை.. ஊட்டி-யில் எங்கே பார்த்தாலும் பசுமையும்.. பூச்செடிகளுமாகத்தான் இருக்கும்.. இது ஒரு மேட்டரே இல்லை.."

"உங்களுக்கு எதுதான் மேட்டர்..?"

இரண்டு வயது மாளவிகாவுடன் காரை விட்டு இறங்கியபடி கூறி-னாள் யமுனா..

சங்கர்.. அந்த வீட்டையும்.. தோட்டத்தையும் ஒருமுறை பார்த்தான்.. யமுனா சொன்னது உண்மை யென்றே அவனுக்குத் தோன்றியது..

14

"வந்துவிட்டாயா.. சங்கர்.." ஆச்சரியத்துடன் வரவேற்ற பிரசன்னாவின் வார்த்தைகளில் உண்மையான பாசம் தெரிந்தது..

அவ்வளவு பாசம் தனக்கு இல்லை என்பதை ஒரு குற்ற உணர்வுடன் உணர்ந்தான் சங்கர்..

"ஏன் அண்ணா.. அவர் மட்டும் அவரோட தங்கையின் மேல் பாச மழையைப் பொழிகிறார்.. நீங்க என்னான்னா.. என்னைக் கண்டுக்கவே மாட்டேங் கறீங்களே.." யமுனா சிரித்தாள்..

அவளுடைய முயற்சிக்கு உடனடியான வெற்றி கிடைத்தது.. பிரசன்னாவின் முகம் மலர்ந்து விட்டது..

"என்னம்மா இப்படிச் சொல்லிட்டே..? தங்கையை வரவேற்கணுமுன்னா.. அவ புருஷனை முதலில் வரவேற்கணும்.. இல்லைன்னா வில்லங்கமாகப் போயிராதா..? உனக்காகத்தான்.. உன் ஹஸ்பெண்டை வரவேற்றேன்.. இது உன் வீடு.. உன்னை நான் தனியாய் வரவேற்கணுமா..? ஹாய் குட்டிம்மா.. இங்கே வா.."

பிரசன்னா கைநீட்டி.. மாளவிகாவை வாங்கிக் கொண்டான்.. அவளும் இயல்பாக.. அவனின் தோளில் கை போட்டுக் கொள்ளவும்.. அவனது முகமலர்ச்சி அதிகமாகி விட்டது..

'இவன் மழைக்கு ஏங்கும் சாதகப் பட்சி...' யமுனாவின் மனதில் பரிதாபம் சுரந்தது..

'அன்புக்காக ஏங்குகிறான்.. அதை உணராமல்.. இந்த அண்ணனும்.. தங்கையும்.. அடாவடித்தனம் பண்ணுகிறாங்களே..'

யமுனா பெருமூச்சுடன் அந்த மாளிகை போன்ற வீட்டின் படியேறினாள்.. மிகப் பரந்த மைதானத்தைப் போலிருந்த ஹாலில் ஆடம்பரமான சோபாக்கள் போடப் பட்டிருந்தன..

"பூங்கொடி எங்கே..?" சங்கரின் விழிகள் துழாவின..

"மாடியில் இருக்கிறா.. நீங்க உட்காருங்க.." பிரசன்னா அவர்களை உபசரித்துவிட்டு மாளவிகாவுடன் அவர்களுக்கு எதிரே அமர்ந்தான்..

"நாளைக்குத்தானே திறப்பு விழா.." யமுனா புருவம் உயர்த்தினாள்..

"ஆமாம்மா.." பிரசன்னா திரும்பி.. வேலை செய்யும் பெண்ணை அழைத்தான்..

"அதைக் கவனிக்காம அண்ணி மாடியில் என்ன பண்ணிக்கிட்டு இருக்காங்க..?"

யமுனாவின் கேள்வியைக் கேட்டதும் பிரசன்னா.. அவளது விழிகளைச் சந்தித்தான்.. முதன் முதலாக அவனது முகத்தில் அவனுக்கும் பரிந்து பேச ஒரு ஜீவன் கிடைத்துவிட்ட உணர்வு தோன்றியது..

"மாடியில் வேலை இருக்கலாம்.." சங்கர் மனைவியை முறைத்தான்..

"இல்லையில்லை.. அவள் ஓய்வாத்தான் உட்கார்ந் திருக்கிறாள்.." பிரசன்னா இடைமறித்துச் சொல்லி விட்டு.. வேலைக்காரப் பெண்ணிடம்.. அவர்களுக்கு காபி.. டிபன் கொண்டுவரச் சொல்லி உத்தரவிட்டான்..

"ஓய்வெடுக்கிற நேரமா இது..?" யமுனா வியப்புடன் சங்கரின் முகம் பார்த்தாள்..

அந்தி மயங்கும் வேளையில்.. பூஜையறையில் விளக்கேற்றி வைக்கும் பழக்கத்துடன் வளர்ந்த தங்கையும்.. இப்படிச் செய்யக் கூடாது என்று நினைத்துக் கொண்டான் சங்கர்..

அது பொன்மாலைப் பொழுது.. வீடு பூராவும் பிரசன்னாவின் உறவினர்களின் கூட்டம் வந்து இறங்கிக் கொண்டிருக்கிறது.. மறுநாள் அவள் பெயரில் இருக்கும் எஸ்டேட்டின் திறப்புவிழா.. அந்த சூழலில் அவள் மாடியில் ஓய்வெடுத்துக் கொண்டிருப்பது பிரசன்னா சொல்வதைப் போல.. எந்த ஊர் நியாயம் என்று அவனுக்குள் கேட்டுக் கொண்டான்..

"அண்ணியைப் பார்க்கலாமே.." யமுனா எழுந்து கொண்டாள்..

"முதலில் காபி டிபனை சாப்பிட்டுவிடலாமே.." பிரசன்னா உபசாரமாகச் சொன்னான்..

"அதை.. அண்ணியோடு சேர்ந்து சாப்பிடலாமே.." யமுனா விடாமல் ஒரே பிடியாக நின்றாள்..

பிரசன்னாவின் முகம் மலர்ந்து விட்டது.. அதைக் கவனித்த யமுனாவிற்கு அவன் இன்னும் காபிகூடக் குடிக்கவில்லையோ என்ற எண்-

ணம் தோன்றியது..

நினைத்ததை அவள் வாய்விட்டுச் சொல்லிவிட..

"ஆமாம்.." என்றான் பிரசன்னா..

"அவள் மதியமே சாப்பிடவில்லை.. அப்புறம் எப்படிம்மா நான் மட்டும் சாப்பிடுவது..?" என்று கேட்டு வைத்தான்..

"இது வேறா..?" யமுனா கணவனை முறைத்தாள்.

"அதுக்கு என்னை ஏண்டி முறைக்கிற..? நான் என்ன அவளுக்கு போன் பண்ணியா சொன்னேன்..? பட்டினியில் கிடன்னு..?" சங்கர் வெளிப்படையாகவே மனைவியிடம் கேட்டான்..

"சொன்னால்தானா..?"

"இதே பார் யமுனா.."

"நான் உங்களைப் பார்த்துக்கிட்டுத்தான் இருக்கிறேன்.. உங்க தங்கைதான்.. என் அண்ணாவைப் பார்க்க மாட்டேங்கிறாங்க.."

"அதுக்கு நான் பிணையா..?"

"பின்னே இல்லையா..?"

"நானென்ன.. அவளுக்குச் சொல்லியா குடுத்தேன்..?"

"அது வேறு உங்களுக்குக் குறையா..? அந்தக் குறை உங்களுக்கு எதுக்கு..? அதையும் செய்யணும்னு நினைச்சா செய்துடுங்க.."

"யமுனா.."

கணவனின் கோபத்தை உணர்ந்தவளாக அவனிடம் பேச்சை நிறுத்திவிட்டு.. பிரசன்னாவின் முகம் பார்த்தாள் யமுனா..

"ஏன் அவங்க சாப்பிடலை..? எதுவும் சண்டையா..?"

"புதிதாய் என்னம்மா சண்டை போடப் போகிறா..? எப்போதுமே சண்டைதான்.. சமாதானமாய் இருந்த தில்லை.. இன்னைக்கு அது அதிகம்.. அவ்வளவுதான்.."

"என்னவாம்..?"

"இந்த எஸ்டேட் திறப்பு விழாதான் காரணமாம்.."

"என்னது..?"

யமுனாவிற்கு ஆச்சரியம் வந்தது.. கோடிக்கணக்கான ரூபாய்களைப் போட்டு எஸ்டேட்டை வாங்கி.. அதற்கு பூங்கொடியின் பெயரையும் வைத்திருக்கிறான் பிரசன்னா.. அதில் பூங்கொடி கோபம் கொள்ள என்ன இருக்கிறது..?

"அவளோட அப்பாவும் அம்மாவும் இல்லையாம்.."

இதைக் கேட்ட சங்கரின் கண்கள் சிவந்ததை கவலையுடன் கவனித்தாள் யமுனா..

"அவங்கதான் தெய்வமாய்ப் போயிட்டாங்களே.."

"அது உனக்கும்.. எனக்கும் தெரியுது.. இந்த அண்ணனுக்கும் மாடியில் மலையேறியிருக்கிற இவனோட தங்கைக்கும் தெரியமாட்டேங்குதே.."

"பிரசன்னா வேண்டாம்.. நானே போனால் போகுதுன்னு உன் எஸ்டேட்டின் திறப்பு விழாவுக்கு வந்திருக்கிறேன்.. என்கிட்ட வாய் கொடுக்காதே.."

சங்கர் முறைத்துக் கொள்ள.. பிரசன்னா அதை கண்டு கொள்ளாமல் யமுனாவின் முகம் பார்த்தான்..

"அவங்களை சாகடித்த பாவி நானாம்.. என் கொண்டாட்டத்தில் அவ பங்கெடுத்துக்கிட்டா.. அவளோட அப்பா.. அம்மாவின் ஆத்மா.. சாந்தியடையாதாம்.."

யமுனா ஸ்தம்பித்தாள்.. இது என்ன கொடூரம் என்று.. அவளுக்குள் கோபம் பொங்கியது.. இப்படியும் ஒருத்தி இருப்பாளா..? ஒருவன் காதலித்து விட்ட கொடுமைக்காக.. வாழ்நாள் பூராவும் அவனை அணு.. அணுவாய் சித்திரவதை செய்து கொண்டு ஒருத்தி இருந்தாளானால்.. அந்த வாழ்க்கை.. வாழ்க்கையாக இருக்குமா..?

அவள் முகம் சிவக்க மாடிப்படியேறினாள்.. சங்கருக்கும் பூங்கொடியின் செய்கையில் உடன்பாடு இல்லைதான்.. ஆனால் மனைவிக்கும்.. தங்கையின் கணவனுக்கும் எதிரில் அவளை விட்டுக் கொடுக்க மனமின்றி..

"பாவம்.. அவ மனசில் என்ன இருக்கோ..?" என்று சொல்லி வைத்தான்..

யமுனா திரும்பி அவனைப் பார்த்த பார்வையில் நெருப்பு இருந்தது..

"பேசாம வரமாட்டீங்களா.. எனக்கு நல்லா வந்திரும் வாயில.." என்று எரிந்து விழுந்தாள் அவள்..

சங்கர் வாய் மூடிக் கொள்ள.. அதைக்கண்ட பிரசன்னாவிற்கு குளுகுளுவென்று இருந்தது..

'ஆஹா.. என் பெண்டாட்டியை இவன் தூண்டி விட்டா.. இவனைக் கண்டிக்க.. இவன் பெண்டாட்டி இருக்கிறாளா..?' என்று மனதிற்குள் மகிழ்ந்து போனான்..

மாடியேறிய யமுனா... மாடி ஹாலின் பிரம்மாண்டத்தைக் கண்டு மீண்டும் பிரமித்தாள்..

இப்படி ஒரு மாளிகையைப் பரிசளிக்கும் மனிதனுக்குத் துயரத்தை மட்டுமே ஒருத்தி பரிசளிக் கலாமா..? என்று அவள் மனம் கேட்டது..

15

பூங்கொடியின் அறை 'அன்பே வா' படத்தில் வரும் எம்.ஜி.ஆரின் அறையை நினைவு படுத்தியது..

கதவைத் திறந்து கொண்டு உள்ளே வந்த யமுனாவைக் கண்டதும்.. விட்டத்தை வெறித்தபடி படுத்துக் கிடந்த பூங்கொடி..

"அண்ணி.." என்று எழுந்தாள்..

"அண்ணன் வரலையா..?"

அவளது பார்வை யமுனாவின் முதுகிற்கு பின்னால் துழாவியது.. சங்கரின் கண்கள் கலங்கிவிட்டன..

"நான் வராமல் உன் அண்ணி மட்டுமா தனியா வருவா..? நானும் வந்திருக்கிறேன்ம்மா.." என்றான் அவன் நெகிழ்ச்சியுடன்..

"மாளவிகா..?"

"இதோ.."

பிரசன்னாவின் கைகளில் இருந்த மாளவிகாவை வாங்கிக் கொள்ளாமல் பின் தங்கினாள் பூங்கொடி.. சங்கரைப் பார்த்ததும் அவள் முகத்தில் வந்த மலர்ச்சி.. பிரசன்னாவைக் கண்டதும் காணாமல் போய் விட்டது..

"என்ன அண்ணி.. எங்க மகளை தூக்குவீங்கன்னு பார்த்தேன்.. நீங்கள் என்னா.. முகத்தைத் திருப்பிக்கிறீங்க.. ஏன்.. உங்களுக்கு குழந்தைகள்னா பிடிக்காதா..?" யமுனா இடக்காகக் கேட்டாள்..

வேறு வழியில்லாமல் பிரசன்னாவின் கைகளில் இருந்த மாளவிகாவை.. அவன் மேல் விரல் பட்டு விடாமல்.. இறுக்கமாக.. ஜாக்கிரதையாகப் பூங்கொடி வாங்கிக் கொள்ள..

"பார்த்துடி.. உன் கற்பு குறைந்துவிடப் போகிறது..?" என்றான் அவன் கிண்டலாக..

பூங்கொடி முகம் சிவக்க.. சங்கருக்கு கோபம் வந்துவிட்டது..

"என்ன பிரசன்னா.. ஏன் அவளை வம்புக்கு இழுக்கிற..?" என்றான்..

"கேட்டுக்கம்மா.. நான்.. என் பெண்டாட்டியை வம்புக்கு இழுக்கிறேனாம்.. உன் புருஷன் குற்றம் சொல்கிறான்.. நீயே நியாயத்தைச் சொல்லு.."

தன் பக்கம் இருக்கும் ஒரே ஜீவன் என்ற நம்பிக்கையுடன் யமுனாவிடம் நியாயம் கேட்டான் பிரசன்னா..

அவள் உடனடியாக அவனது உதவிக்கு வந்து.. அவனுடைய நம்பிக்கையைக் காப்பாற்றினாள்..

"அதென்னங்க நீங்க... அண்ணனையே குறை சொல்றீங்க.. உங்க தங்கைக்கு நேற்றுத்தான் கல்யாணமா கியிருக்கா..? என் அண்ணன்கிட்டேயிருந்து மாளவிகாவை வாங்குகிறபோது.. யாரோ ஒரு மூன்றாம் மனுசன்கிட்ட வாங்குகிறதைப்போல.. அப்படி அலட்டிக்கணுமா..? அப்புறம் அண்ணன் அந்தக் கேள்வியைக் கேட்பாரா.. மாட்டாரா..? ஏன்.. அவள் மேல் விரல் பட்டுவிட்டால் என்னதப்பு..?"

சங்கர் அவசரமாய் வாயை மூடிக் கொண்டான்..

யமுனா மென்மையானவள்.. சங்கரின் மேல் அதிகமான காதல் கொண்டவள்.. ஆனால் நியாயவாதி.. நியாயம் என்று வந்துவிட்டால் அவள் கேள்வி கேட்கத் தயங்கவே மாட்டாள்.. அது சங்கராக இருந்தாலும் சரி..

மனைவியின் குணம் அறிந்த சங்கர் தர்மசங் கடத்துடன் மௌனமாகிவிட.. பூங்கொடி அங்கே எதுவுமே நிகழாததைப் போன்ற பாவனையில் யமுனாவைப் பார்த்தாள்..

"காபி டிபன் சாப்பிட்டு விட்டீங்களா அண்ணி..?"

"யாரு.. குடுக்கிறது..?"

"என்ன அண்ணி இப்படிக் கேட்கிறீங்க..? இந்த வீட்டில் எத்தனை வேலையாள்கள் இருக்கிறாங்க.. ஒருத்தர் கூட உங்களைக் கவனிக்கலையா..? இப்படித்தான் அண்ணி.. எனக்கு இந்த வீட்டில் நடக்குது.. கேட்க ஒரு நாதியில்லை.."

பூங்கொடியின் கண்களில் இருந்து காத்துக் கொண்டிருந்ததைப் போல.. கண்ணீர் வழிய ஆரம்பிக்க சங்கரின் முகம் இறுகியது..

"இது என்ன பிரசன்னா..?" என்று ஆரம்பித்தான்.. யமுனாவின் கண்களில் தெரிந்த அதட்டலைக் கண்டதும் அடங்கிப் போனான்..

"ஏன் அண்ணி, சென்னையில் இருந்து ஊட்டிக்கு வேலை மெனக்கெட்டு நானும் உங்க அண்ணனும்.. குழந்தையைத் தூக்கிக்கிட்டு ஏன் வந்து நிற்கிறோம்..? ஊர் சுற்றிப் பார்க்கவா இந்த மழை காலத்தில் கிளம்பி வந்தோம்..? உங்க வீட்டு விசேஷத்திற்குத்

தானே வந்தோம்..? வந்தவங்களை 'வா'..ன்னு யாரு கேட்கணும்..? ஒருவாய் காபியை யார் கொடுக்கணும்..? அதையெல்லாம் இந்த வீட்டு வேலைக்காரங்க செஞ்சா.. உங்க அண்ணனுக்கும் எனக்கும் என்ன மரியாதை..? இதுக்குத் தான் கொட்டுகிற மழையில.. ஊட்டிக் குளிர் வெதுவெதுப்பா இருக்கும்ன்னு ஓடோடி வந்தோமாக்கும்..?"

பூங்கொடியின் முகம் சிவந்து விட்டது..

"இல்லை அண்ணி.. ஒரே தலைவலி.."

"அதுக்காக வீட்டில் விசேஷம் நடக்கிறப்போ.. ரூமில் வந்து படுத்துக்கணுமா..? மாத்திரையை போட்டுக் கிட்டு வந்தவங்களை கவனிக்க வேண்டாமா...? இப்படித்தான் உங்க அம்மா உங்களுக்கு சொல்லிக் குடுத்திருக்காங்களா..?"

இப்போது சங்கருக்கு கோபம் வந்துவிட..

"யமுனா.." என்று கடுமையாக அழைத்தான் அவன்..

"எதுக்கு கோபப்படுகிறீங்க..? இதை நான் சொல்லலை.. கீழே வந்திருக்கிற சொந்தபந்தம் பேசிக்கிறாங்க.. உங்க தங்கை என்ன செய்தாலும்.. பழி.. உங்க அம்மாவின் மேல்தான் வந்துவிடும்.. அதை.. அண்ணனும்.. தங்கையும் புரிஞ்சு நடந்துக்கிட்டாச் சரி.."

"எங்க அம்மாவை எதுக்குடி.. யாரும் பேசணும்..?"

"அதுதான் தாய்குலத்தின் தலைவிதியாச்சே... ஆணா... இருந்தாலும் பெண்ணா இருந்தாலும்.. அவங்க கிட்ட எதையாவது.. குறையை கண்டுவிட்டால் 'உன்னை.. உன் அம்மா எப்படி வளர்த்து வைத்தாளோ'ன்னு தான் இந்த உலகம் கேட்கும்.. அதுவே.. அந்த ஆணும்.. பெண்ணும் சிறப்பா எதையாவது செய்து விட்டால்.. 'பரவாயில்லை.. உன் அப்பா உன்னை அருமையா வளர்த்து வைத்திருக்கிறார்'ன்னு சொல்லித் தொலைக்கும்.. இது தந்தைக் குலம் வாங்கி வந்திருக்கும் வரம்.. தாய்குலம் வாங்கி வந்திருக்கும் சாபம்.."

"அதுக்காக.. நீயும் என் அம்மாவை இழுத்துப் பேசுவாயா..?"

"எனக்கு மட்டும்.. அப்படிப் பேசணுமுன்னு ஆசையா..? இங்கே வர உங்களுக்கு இஷ்டமில்லை.. நான்தான்.. நாத்தனார் வீட்டு விசேஷமாச்-சேன்னு உங்களை இழுத்துக் கிட்டு ஓடி வந்தேன்.. வந்தவளை உங்க தங்கை வான்னு கேட்க வாசலில் வந்து

நிற்கணுமா.. வேண்டாமா..? அதை விட்டுவிட்டு.. இவங்க ரூமில இருப்பாங்களாம்.. நான் ரோசம் கெட்டுப் போய் மாடியேறி வந்து.. இவங்களை நலம் விசாரிக்கணுமாம்.. கேட்டால் இவங்களுக்கு தலைவ-லியாம்.. உங்களுக்கு நினைவிருக்கா..? கொதிக்கிற காய்ச்சலிலும்.. நான் உங்களையும்.. மாளவிகாவையும் கவனிக்க மறந்த தில்லை.. ஏன்னா.. என் அம்மா என்னை அப்படித்தான் வளர்த்திருக்காங்க.."

சாட்டையடி பட்டதுபோல்.. கண்களை இறுகமூடி நின்று யமுனாவின் வார்த்தைகளை ஜீரணித்துக் கொண்டாள் பூங்கொடி..

"ஸாரி அண்ணி.. நான் செய்தது தப்புத்தான்.. வாங்க கீழே போக-லாம்.." என்றபடி.. அவள் கிளம்ப யத்தனிக்க.

"நில்லுங்க.." என்று அவளை நிறுத்தினாள் யமுனா.

"ஏங்க.. உங்க எஸ்டேட்டின் திறப்பு விழா நடக்கப் போகுது.. நீங்க என்னடான்னா.. கையில.. கழுத்தில நகை யில்லாம சாதாரணமா ஒரு சேலையை சுற்றிக்கிட்டு நிற்கறீங்க.. யாரைப் பழிவாங்க இந்த வேஷத்-தைப் போட்டுக்கிட்டு இருக்கறீங்க..?"

பூங்கொடி உதட்டைக் கடித்துக்கொண்டு பிரசன்னாவின் கூர்மையான பார்வையைத் தவிர்த்தாள்..

அவன் இந்த விசேஷத்திற்கென மனைவிக்கு ஆறு பட்டுப் புட-வைகளையும்.. புதிய வைரநகைகளையும் வாங்கிக் கொடுத்திருந்தான்.. அதைத் திரும்பிக்கூடப் பார்க்க மறுத்து விட்டாள் பூங்கொடி..

"ஏய்ய்.. ராவணன் வாங்கிக் கொடுத்தால் தான் சீதை அதை மறுக்-கனும்.. ராமன் வாங்கிக் கொடுத்ததை மறுத்தால்.. இதை நான் எங்கே போய்ச் சொல்ல..?" பொறுக்க மாட்டாமல் பொறுமிய பிரசன்னாவிடம்..

"நீங்க ராமனா..?" என்று எகத்தாளமாகக் கேட்டாள் பூங்கொடி..

"உன்னைக் காதலிக்க ஆரம்பித்த நாளிலிருந்து நான் ராமன்-தாண்டி.." என்று அதற்கும் பதில் சொன்னான் பிரசன்னா..

இப்போது.. அதைக் கவனித்து யமுனா கேள்வி கேட்டதும் அவன் கண்கள் ஒளிர்ந்தன.. அதை பூங்கொடி உணர்ந்ததைப் போல.. யமுனா-வும் கவனித்தாள்..

16

"ஏன் அண்ணா.. கோடிக் கணக்கில் பணம் போட்டு எஸ்டேட்டை வாங்கியிருக்கீங்களே.. அதுக்கு உங்க வொய்ப்பின் பெயரை வைத்தால் மட்டும் போதுமா..? அந்த வொய்ப்பிற்கு போட்டுக்க நகையும்.. உடுத்திக்க புதுப் புடவையும் வாங்கிக் கொடுக்க வேணாமா..?" யமுனா.. குற்றவாளியைக் கேள்வி கேட்பதைப் போல பிரசன்னாவைப் பார்த்துக் கேட்டாள்..

பிரசன்னாவிற்கு யமுனாவின் புத்திசாலித்தனத்தைக் கண்டு வியப்பு ஏற்பட்டது..

'இந்தப் பெண்தான் எவ்வளவு கெட்டிக்காரி..!' என்று மனதிற்குள் பாராட்டியபடி..

"ஏம்மா.. என்னையென்ன அவ்வளவு கஞ்சத்தன மானவன்னு நினைத்து விட்டாயா..? இல்லை.. எனக்கு அந்த அளவுக்கு வசதியில்லைன்னு நினைக்கிறயா..?" என்று எதிர்க்கேள்வி கேட்டான்..

"இரண்டும் இருந்தால் எப்படி எஸ்டேட்டை வாங்க முடியும்.. என் அண்ணிக்கு செய்கிற அளவுக்கு.. பெரிய மனது இல்லைன்னு நினைக்கிறேன்.." யமுனா எடுத்துக் கொடுத்தாள்..

"எதைம்மா செய்யலை.. இங்கே பார்.. இன்னிக்கு இந்த திறப்பு விழாவுக்காக நான் வாங்கி வைத்திருக்கும் நகைகளை.."

பிரசன்னா.. கிடைத்த வாய்ப்பை இறுகப் பற்றிக் கொண்டு தான் வாங்கி வைத்திருந்தவைகளை கடைப்பரப்ப.. யமுனா அதிசயத்தாள்..

"என்ன அண்ணி இது.. அண்ணன் மேல ஒரு தப்பம் இல்லை போல.."

"அவர் மேலயா தப்பு இல்லை..? எங்க அப்பாவையும் அம்மாவையும் கொன்றவராச்சே..?"

பூங்கொடி குரோதமாய்ப் பிரசன்னாவை முறைக்க.. அவளோடு சங்கரும் சேர்ந்து கொண்டான்..

"ஆரம்பிச்சுட்டிங்களா உங்க ராமாயணத்தை..?" யமுனா வெளிப்படையாகவே அலுத்துக் கொண்டாள்..

கேள்வி கேட்க ஒருத்தி வந்து விட்ட நிம்மதியுடன் பிரசன்னா அந்த அண்ணன்.. தங்கையின் முறைப்பை தாங்கிக் கொண்டு அமைதியாக நின்றிருந்தான்..

"ஏன் அண்ணி.. உங்களுக்கு மனச்சாட்சியே கிடையாதா..?"

"அது இருக்கப் போய்த்தான்.. இப்படி வாழவும் முடியாமல் சாகவும் முடியாமல் துடித்துக்கிட்டு கிடக்கிறேன்.." சட்டென்று பூங்கொடி அழுதுவிட்டாள்..

அவளது வேதனையைக் கண்ட யமுனாவிற்கு மனம் வலித்தது.. இது கொடுமை என்று தோன்றியது.. இவள் குற்றமில்லாதவள்.. காதலித்தவரின் பின்னால்தான் வந்ததினால்தான்.. தன்னைப் பெற்றவர்கள் தற்கொலை செய்து கொண்டார்கள் என்ற குற்ற உணர்வால் தினம் தினம் செத்துக் கொண்டிருப்பவள்..

இவளிடம் போய்.. உன் புருஷனுடன் உல்லாசமாக வாழ்க்கை நடத்து.. என்று எப்படிச் சொல்ல முடியும்..?

அந்த நொடியில் வரதாஜனின் மீதும்.. கோதை நாச்சியார் மீதும்.. அளவு கடந்த கோபம் யமுனாவிற்குள் தோன்றியது..

இதைவிடக் கொடுமையான.. குரூரமான தண்டனையை அவர்கள் பூங்கொடிக்குக் கொடுத்திருக்க முடியாது என்று அவள் எண்ணிக் கொண்டாள்..

இவளை இந்தக் குற்ற உணர்வெனும் கொடிய நரகத்திலிருந்து மீட்க முடியாது என்று யமுனாவுக்குப் புரிந்துவிட்டது.. அதைப் புரிந்து கொண்டதினால்தான்.. பிரசன்னாவும் அவள் செய்யும் அழிச்சாட்டியங்களைச் சகித்துக் கொண்டு போகிறான் என்று நினைத்துக் கொண்டாள் யமுனா..

அங்கே ஒரு நிமிடம் அமைதி நிலவியது.. யாரும்.. யாருடனும் பேசவில்லை.. மௌனம் ஒரு சுமையாக அங்கிருந்தவர்களைச் சூழ்ந்து கொண்டது..

சுமக்க முடியாத அந்த மௌனத்தை முதலில் கலைத்தவள் யமுனாதான்.. எதுவுமே நடக்காததைப் போல.. பூங்கொடியின் உணர்வுகளைப்

புரிந்து கொள்ளாதவளைப் போல நிர்தாட்சண்யமாக முகத்தை வைத்துக் கொண்டு பேசினாள்..

"ஏங்க.. போனது உங்களைப் பெத்தவங்க.. நீங்க துடிக்கிறதில் ஒரு அர்த்தமிருக்கு.. உங்களைக் காதலிச்ச பாவத்திற்கும்.. கல்யாணம் பண்ணிக் கொண்ட பாவத்திற்கும்.. அண்ணன் ஏங்க துடிக்கணும்..?"

"அது அவரோட விதி... ஊரில் ஆயிரம் பெண்களிலிருந்தும் என்னிடம் என்ன இருக்குன்னு.. இந்த துரதிர்ஷ்டசாலியைப் போய் விழுந்து விழுந்து காதலிச்சார்..? அப்படிக் காதலிக்கிறவங்க எல்லாம்.. காதலிச்சவளை கைப்பிடித்து விடறாங்களா..? இவர் ஏன்.. கல்யாணம் பண்ணிக்கணும்னு நினைச்சு.. வீட்டுப் படியேறி வந்து பெண் கேட்டார்..? பெண் கேட்டவரை எங்க வீட்டில் பெருமைப் படுத்தினாங்களா..? அவமானப் படுத்தினாங்க தானே..? அப்படிச் செய்கிற இடத்தில்.. போய்யா.. நீயாச்சு.. உன் பொண்ணாச்சு.. என் வசதிக்கும்.. தரத்துக்கும்.. கோடீஸ்வரன் வீட்டில் பெண்ணைக் கட்டிவிட்டுப் போகிறேன்னு.. தூக்கி எறிந்து விட்டுப் போகாம.. அவர்களிடம் ஏன் நின்று பேசி.. எனக்காக மல்லுக்கட்டினார்..? இத்தனையும் செய்து கல்யாணம் பண்ணிக் கிட்டவரை.. தினம்தினம்.. என் பேச்சாலும் செய்கையாலும்.. கொன்று புதைச்சுக்கிட்டு இருக்கேனே.. அதையும் தாங்கிக்கிட்டு.. ஏன் என்னுடன் குடும்பம் நடத்துகிறார்..? இதையெல்லாம் அவருடைய தலைவிதி அண்ணி தலைவிதி.."

பூங்கொடி பொங்கிக் கதறினாள்.. அத்தனை நாளும் அவள் மனதுக்குள் புதைந்து கிடந்த உணர்வுகள்.. பேரலையாய்.. பொங்கி.. கரை கடந்தன.. கரை கடந்த உணர்வின் வேகம் தாளாமல் பிரசன்னா இரண்டே எட்டில் மனைவியை அணுகி.. தன்னுடன் சேர்த்து அணைத்துக் கொண்டான்.. அவள் விலகாமல் அவன் மார்பில் முகம் புதைத்து கதறியழ.. சங்கர் யமுனாவைப் பார்த்தான்..

அவன் பார்வையில் தங்கையின் தவிப்பைத் தெரிந்து கொண்ட தவிப்பு இருந்தது..

"இப்போது புரிந்ததா..?" யமுனாவின் விழிகள் வினவின..

"புரிந்தது.." சங்கரின் இமைகள் மூடித் திறந்தன..

சற்று நேரத்தில் அவர்களுடன் பேசியபடி படியிறங்கி வந்த பூங்கொடி.. புதுப் புடவையும்.. வைரநகைகளுமாக ஜொலித்தாள்..

"வாங்க அண்ணி சாப்பிடலாம்.." என்று டைனிங் டேபிளுக்கு சென்றவளிடம்..

"எனக்கு மட்டும்தான் சாப்பாடா..? உங்க அண்ணனுக்கும் அண்ணன் மகளுக்கும் இல்லையா..?" என்று வம்புக்கு இழுத்தாள் யமுனா..

"நான் பச்சைத் தண்ணீரைக் கூட குடுக்கலைன்னாலும் என் அண்ணனும்.. அண்ணன் மகளும் ஏத்துக்குவாங்க.. நீங்க அப்படியா..? என் அண்ணி.. உங்களைச் சரியாக் கவனிக்கலைன்னா.. என் அண்ணன் என்னை சும்மா விடுவாரா..?"

இப்படிக்கூட பூங்கொடிக்கு கலகலப்பாய் பேசத் தெரியுமா என்று சங்கரும்.. பிரசன்னாவும் வியந்து போனார்கள்..

"வசந்தன் எங்கேம்மா.."

சங்கர் பாசமாய் வினவியபோது..

"டாடி.." என்றபடி.. வசந்தன் அங்கே வந்தான்..

"வசந்தா.. வாப்பா.." என்றபடி சங்கர் அவனை நோக்கி கை நீட்டியபோது.. அன்னியனைப் பார்ப்பதைப் போன்ற பாவனையுடன் சங்கரைப் பார்த்தபடி.. அவன் பிரசன்னாவின் அருகே சென்று அமர்ந்து கொண்டான்..

"அவன்.. பூங்கொடியையும்.. அப்படித்தான் பார்த்தான்.." என்று யோசனையுடன்.. யமுனா அன்று இரவு சங்கரிடம் சொன்னாள்..

"என்னடி இது.. நான் தாய்மாமன்னுதான் பெயர்.. எப்பயாவது இந்த வீட்டுக்கு வந்து போகிறேன்.. பூங்கொடி அவனைப் பெற்ற தாய்டி.."

"அதனால்தான் எனக்கும் கவலையாக இருக்கு.."

மறுநாளும்.. அதற்கடுத்த நாளும்.. சங்கர்.. தீவிரமாக தங்கை மகனைக் கண்காணித்தான்..

ஒன்பது வயதுச் சிறுவனான வசந்தன்.. தாயைத்தேட வில்லை.. தந்தையுடன் ஒட்டிக் கொண்டு அலைந்தான்.. பூங்கொடி அதைப் பொருட்படுத்தாதையும் கவனித்த சங்கர் கவலையில் ஆழ்ந்தான்..

"இங்கே என்ன நடக்குது யமுனா..?"

"எனக்கும் பிடிபடவில்லை.. ஆனால்.. நடக்கிற எதுவும்.. நல்லதாக நடக்கலைன்னு மட்டும் தெரியுது.." யமுனா ஆழ்ந்த குரலில் சொன்னாள்..

17

அடுத்து வந்த நாள்களில் சங்கர்.. அடிக்கடி.. மனைவி.. மகளுடன் ஊட்டிக்குச் சென்றான்.. தங்கையை அவளுடைய குடும்பத்துடன் ஒட்ட வைக்கப் பகீரதப் பிரயத்தனம் மேற்கொண்டான்..

ஆனால்.. அவனால் எதுவும் செய்ய முடியவில்லை..

பொறுப்பான வேலையில் இருப்பவனால்.. ஆண்டுக்கு ஒருமுறை ஊட்டிக்கு போவதே பெரிய விசயமாகிவிட.. அவனால் தங்கையின் குடும்பத்தை.. கூடத் தங்கியிருந்து.. சரிசெய்ய முடியாமலேயே போய் விட்டது..

அடுத்த ஐந்தாவது ஆண்டில்.. மாளவிகா ஏழு வயது சிறுமியாக இருந்தபோது.. இடி இறங்கியதைப் போல.. பூங்கொடி மரணப் படுக்கையில் இருக்கும் செய்தி.. சங்கருக்கு வந்தது..

அவன்.. மனைவி.. மகளுடன் ஊட்டிக்கு ஓடினான்.. மெலிந்து.. நலிந்து.. மருத்துவ மனையின் அறையில் கிடந்த பூங்கொடி.. பேசக்கூடச் சிரமப்பட்டாள்..

"என்ன ஆச்சு பிரசன்னா.. போனதடவை நாங்க வந்தபோது கூட இவள் நல்லாத்தானே இருந்தாள்..?" சங்கர் பதறினான்..

"போன தடவைன்னா.. எப்போது..? போன வாரமா..? இல்லை போன மாதமா..? போன வருஷம்.."

இதைத் தீர்க்கமான குரலில் சொன்னது.. யமுனாவோ இல்லை பிரசன்னாவோ.. அல்ல.. வசந்தன்..!

பதினான்கு வயது வசந்தன்.. அதையும் சங்கரின் முகம் பார்த்துச் சொல்லாமல்.. எங்கேயோ பார்வையைப் பதித்துச் சொன்னதுதான் சங்கரை மிகவும் பாதித்தது..

'நானென்ன.. இவனுக்கு எதிரியா..?'

'ஆமாம்..' என்று சொல்லாமல் சொன்னான் வசந்தன்.. அனல் வீசும் கண்களால்.. அனல் பார்வையை மட்டுமே சங்கருக்கு கொடுத்-தான்.. சங்கருடன் சேர்ந்து.. யமுனாவையும்.. மாளவிகாவையும் தவிர்த்-தான்..

அவர்கள் இருக்கும்.. இடத்தில் நிற்கக் கூடப் பிடிக்காதவனாகப் போய் விட்டான்..

வசந்தனின் வெளிப்படையான இந்த உதாசீனமும்.. புறக்கணிப்பும்.. பூங்கொடியை.. எந்த அளவுக்குப் பாதித்திருக்கும் என்ற நினைவில் சங்-கர் துடித்துப் போனான்..

'ஏன்.. இவன் இப்படியிருக்கிறான்..?'

இந்தக் கேள்விக்கான பதிலை பூங்கொடி.. நலிந்த குரலில் சொன்-னாள்..

"அவனுடைய அப்பாவை நான் கொடுமைப் படுத்துகிறேனாம்.. அதுக்கு.. உங்க தூண்டுதல்தான் காரணமாம்.."

"இப்படியொரு எண்ணம்... எப்படியம்மா... மாப்பிள்ளையின் மனதில் வந்தது..?"

தங்கையின் மகனென்றாலும்.. பதினான்கு வயதாகி விட்ட சிறு-வனை.. மரியாதையுடன்.. 'மாப்பிள்ளை' என்று அழைத்த தமையனை வாஞ்சையுடன் பார்த்தாள் தங்கை..

"நீ நல்லவன் அண்ணா.. ரொம் ரொம்ப நல்லவன்.. உன் அருமை.. என்னைக் கல்யாணம் பண்ணிக் கொண்டவருக்கும் தெரியவில்லை.. நான் பெற்ற என் பிள்ளைக்கும் தெரியவில்லை.."

"அதை விடும்மா.. இந்த விஷச்செடியை.. என் தங்கை மகனின் மனதில் விதைத்தது யார்..?"

"அவரோட பெரியம்மா... எனக்கு துணைக்கு இருக்கட்டும்னு.. வசந்தன் என் வயிற்றில் இருந்தபோது.. கிராமத்தில் இருந்து அவர் கூப்-பிட்டுக் கொண்டு வந்த வம்பு.. என் புருஷனின் மனதைக் கலைக்கப் பார்த்தாங்க.. அவர் காதில் போட்டுக்கலை.. என் மகனைத் தூக்கி வளர்த்தவங்க.. விஷச்செடியை அவன் மனசில் ஊன்றி வளர்த்து விட்-டாங்க.."

"நீ ஏம்மா.. உன் மகனை அவங்க கையில் வளர விட்டாய்.."

பூங்கொடியின் இதழ்களில் வெறுமையான.. புன்னகை படர்ந்தது.. அவள் விரக்தியான குரலில் சொன்னாள்.. "அவன்.. அவனோட அப்-

பாவின் ஜாடையில் இருந்தான் அண்ணா.."

"அதுக்காக..?"

"அவர் மேல இருந்த வெறுப்பில்.. இவன் அவருடைய பிள்ளைதானேன்னு எனக்குத் தோணிப் போச்சு..."

'கடவுளே..' என்று அதிர்ந்து விட்டான் சங்கர்..

உன் ஜாடையில் இருக்கும் பிள்ளை எனக்கு வேண்டும் என்று காதலுடன் கேட்ட யமுனாவின் நினைவு அவன் மனதில் எழுந்தது..

அவன் வீட்டில்.. அவனுடைய ஜாடையில் இருக்கும் ஒரே காரணத்திற்காக.. மகளின் மேல் அதிகமான பாசத்தைப் பொழியும் மனைவி இருக்கிறாள்..

அவனுடைய தங்கையின் கணவனுக்கோ... அவனுடைய ஜாடையில் இருந்த ஒரே காரணத்திற்காக.. பெற்ற மகனிடம் இருந்து விலகியிருந்த மனைவி வாய்த்து விட்டாள்..

பிரசன்னா துரதிர்ஷ்டசாலி என்று.. அந்த நொடியில் உணர்ந்து கொண்டான் சங்கர்..

"என்ன காரியம் செய்துட்டம்மா..? இதையெல்லாம் ஏன்.. என்கிட்டச் சொல்லலை..?"

"சொல்லத் தோணலை.."

"இப்ப உன் நிம்மதியும் போய்.. அவங்க நிம்மதியும் போய்.. உன் குடும்பத்தை இந்த நிலைமைக்கு கொண்டு வந்து நிறுத்திட்டியேம்மா.."

"இதைத்தானே அண்ணா.. அப்பாவும் அம்மாவும் எதிர்பார்த்தாங்க..?"

"பூங்கொடி.."

"வேற எதுக்கு அண்ணா.. அவங்க தற்கொலை பண்ணிக்கிட்டுச் செத்தாங்க..? வாழ்நாள் பூராவும்.. நானும் செத்து.. என்னைக் கல்யாணம் பண்ணிகிட்டவரையும் சாகடிக்கணும்னுதானே..?"

"அவங்க அப்படி நினைப்பாங்களாம்மா..? நீதானே.. அத்தனை பேரின் முன்னாலேயும் அவங்களை தலைகுனிய வைத்துவிட்டுப் பிரசன்னாவுடன் போனாய்..?"

"நானாகப் போனேனா..? அப்பா என்னைக் கழுத்தை பிடித்து வாசலுக்கு தள்ளி விடவில்லையா..?"

"நீ வாய் வார்த்தையாய் பிரசன்னாவுடன் போவேன்னு சொல்லவில்லையா..?"

"வாய் வார்த்தைதானே சொன்னேன்..? வாசல் படியைத் தாண்டினேனா..? என் கண் முன்னாலேயே.. நீ அவரை அடிக்கிறாய்.. அவர் எனக்காக.. உன்னைத் திரும்ப அடிக்காமல் தாங்கிக் கொள்கிறார்.. அந்த நிலைமையில்.. என்னை என்ன செய்யச் சொல்கிற..?"

"அவன் அப்பாவை அதிகம் பேசிட்டான்மா.."

"அப்பா அவரைப் பேச வைத்தார்.. அப்பாவை நீ பேச வைத்தே.."

"பூங்கொடி.."

"நீ நினைத்திருந்தால் இதைச் சரி செய்திருக்கலாம்.. நிதானமாக அப்பாவிடம் எடுத்துச் சொல்லியிருக்கலாம்.. இல்லை.. அப்பாவுக்குத் தெரியாமல்.. எனக்கும்.. இவருக்கும் கல்யாணம் பண்ணிவைத்து.. மாலையும் கழுத்துமாய் அவங்க முன்னாலே நிறுத்தியிருக்கலாம்.. அப்ப.. அவங்க.. என்னை குடும்பத்திலிருந்து ஒதுக்கித் தான் வைத்திருப்பாங்க.. செத்து போயிருக்க மாட்டாங்க.."

"தங்கைக்கு.. கள்ளத்தனமாய் நான் கல்யாணம் செய்து வைப்பதா..?"

"ஏன்.. சுபத்திரைக்கு.. அர்ஜுனனை அந்தக் கண்ணன் கள்ளத்தனமாய் கல்யாணம் செய்து வைக்க வில்லையா..? நீயும் அவனைப் போல ஒரு அண்ணன் தானே.."

பூங்கொடியின் கேள்வியில் வாயடைத்துப் போனான் சங்கர்..

நிஜம்தானே.. கண்ணனும்.. சுபத்திரையும்.. ஒருதாய் வயிற்றில் பிறந்த மக்களில்லையே.. சுபத்திரை பலராமனின் உடன் பிறந்த சகோதரி.. கண்ணனுக்கோ.. மாற்றாந்தாயின் மகள்..

ஆனாலும்.. தங்கையின் மனமறிந்தும்.. அவளது காதலை நிராகரித்து துரியோதனனுக்கு மணம் முடிக்க முயன்றான் பலராமன்..

கண்ணனோ.. அவள் ஆசைப்பட்ட அர்ஜுனனோடு அவளை அனுப்பி வைத்தான்..

அந்தக் கண்ணன் சுபத்திரையின் மேல் வைத்த பாசத்தை.. சங்கர் ஏன்.. பூங்கொடியின் மேல் வைக்க வில்லை..

சங்கர்.. முதன் முதலாக.. குற்ற உணர்வில் மெலிந்தான்..

18

"நீ பொறுமைசாலி... நல்லவன்... என்மேல் உண்மையான பாசத்தை வைத்திருப்பவன்... இதனால் தானே.. என்னைப் பெத்தவங்களிடம் மறைத்த

காதலை உன்னிடம் நான் சொன்னேன்..? நீ என்ன செய்திருக்கனும்..? என்னையும் அவரையும் சேர்த்து வைத்திருக்கணுமா.. வேண்டாமா..? நீ அதை விட்டு விட்டு.. அப்பாவிடம் விசயத்தை கொண்டு போனாய்.."

"அதற்கு முன்னாலயே நான் பிரசன்னாவிடம் பேசினேனேம்மா.."

"என்ன பேசினாய்..? கல்யாணத்தைப் பேசினாயா..?"

"அவன் நல்லவன்னு என் மனசுக்குப் படவில்லை பூங்கொடி.."

"இப்போ அவர் எப்படியிருக்கிறார்..? என்னைக் கொடுமைப் படுத்துகிறாரா..? நான்தான் அவரைக் கொடுமைப் படுத்தியிருக்கிறேன்.. இப்ப உங்களுக் கெல்லாம் நிம்மதி தானே.."

பூங்கொடி மனம் குமுறினாள்.. அவள் வாழ முடியாத வாழ்க்கையை நினைத்து மனம் குமைந்தாள்.. அவளது காதலுக்காக ஏங்கிய காதலனை முள்செடியாய் குத்திய ரணவலியை நினைத்து.. மனம் ரணமானாள்..

"சொன்னேனே அண்ணா.. படித்துப் படித்துச் சொன்னேனே.. அது உன் காதிலும்.. உன் அப்பாவின் காதிலும் ஏறலையே.. என்னைக் காதலித்தவன்.. கடைசிவரை என்னைக் கைவிடமாட்டான்னு.. அவன் கண்ணைப் பார்த்து நான் கண்டுபிடித்தேனே.. எல்லாம் தெரிந்த உனக்கும்.. உன் அப்பாவுக்கும் அதைக் கண்டுபிடிக்கத் தெரியலையே.."

"போனதை மறந்து விடு பூங்கொடி.."

"அது உன்னால் முடியும்.. என்னால் முடியுமா..? பழியை ஏற்றுக் கொண்டிருப்பது நான்தானே.."

"இல்லை பூங்கொடி.. தப்பு என் மேல்தான்.."

"அது அம்மாவுக்கும்.. அப்பாவுக்கும்.. இந்த ஊர் உலகத்துக்கும் தெரியுமா..? அப்பாவும்.. அம்மாவும்.. நான் துரோகிங்கிற நினைவோட-தானே செத்தாங்க..?"

"பூங்கொடி.. பூங்கொடி.. இதையெல்லாம் பேச இதுவா நேரம்..?"

"இதுதான் நேரம்.. இப்போது பேச முடிய வில்லைன்னா.. இனி ஒரு-போதும் பேச முடியாமலே போய்விடும்.."

"உனக்கு உடம்பு சரியில்லை.. பூங்கொடி.."

"இனி சரியாகவே ஆகாது அண்ணா.."

"இல்லைம்மா.. நீ சரியாகி வருவாய்.."

"ஏன் உனக்கு என்மேல் இப்படியொரு வன்மம் அண்ணா..?"

"என்னம்மா சொல்கிற..?"

"சாவுதான் எனக்கு நிம்மதியைக் கொடுக்கும்.. அந்த நிம்மதியைத் தேடி நான் போவது உனக்குப் பிடிக்க வில்லையா..?"

"பூங்கொடி.."

"நான் வாழ்கின்ற ஒவ்வொரு வினாடியிலும்.. அம்மா.. அப்பாவைத் தற்கொலை பண்ணிக்க வைத்தேன் என்ற நினைவுடன்தான் வாழணும்.. அப்படித்தான் இதுநாள் வரை வாழ்ந்திருக்கிறேன்.. இனியாவது நிம்மதி-யைத் தேடி.. என்னைப் போகவிடண்ணா.."

சாவைத் தேடிப் போகிறேன் என்கிறாள் அவனின் தங்கை.. இந்த உலகத்தில் அவனுக்கென்று இருந்த பிறந்த வீட்டு உறவு அவள் ஒருத்-திதான்.. அவளும் பிரிந்து செல்லத் துடிக்கிறாள்..

மனம் தாளாமல் கதறியழுதான் சங்கர்.. தன் மெலிந்த கரங்களால்.. அவன் கண்ணீரைத் துடைத்து விட்டாள் பூங்கொடி..

"அழுகாதே அண்ணா... எனக்காக நீ, நான் கேட்பதைச் செய்-வாயா..?"

சங்கருக்குக் கோதை நாச்சியாரின் நினைவு வந்தது.. அவளும் இப்-படித்தானே வாக்குக் கேட்டாள்..? அவளுக்கு கொடுத்த வாக்கின்படி.. பூங்கொடியைக் காப்பாற்ற அவனால் முடியவில்லை... இப்போது பூங்-கொடி அதே வார்த்தைகளை உச்சரிக்கிறாள்.. இவள் என்ன கேட்கப் போகிறாளோ..?

'சங்கர்.. உன் தங்கை எதைக் கேட்டாலும் செய்.. மறுக்காதே.. அவள் கேட்டு.. இல்லையென்ற வார்த்தை உன் வாயிலிருந்து வரக்கூடாது..'

அன்று இறப்பதற்கு முன்.. கோதை நாச்சியார் அவனிடம் ஆணையிட்டது.. இன்று அவன் காதுகளில் ஒலித்தது.. அவன் பூங்கொடியின் கரத்தைப் பிடித்து மனமாரச் சொன்னான்..

"கேளும்மா.. என்ன வேணும்னாலும் கேளு.. நீ கேட்டதை இந்த அண்ணன் செய்கிறேன்.."

"இன்றைக்கு இப்படிச் சொல்லும் நீ.. அன்றைக்கு மட்டும் ஏன் அண்ணா.. நான் கேட்டதை செய்ய மறுத்தாய்..?"

"கொன்றுவிடு பூங்கொடி.. இந்த அண்ணனை உன் வார்த்தைகளால் கொல்வதற்குப் பதில்.. நிஜமாகவே கொன்று விடு.."

"ஏற்கெனவே.. உன் அப்பாவையும்.. அம்மாவையும் கொன்றுவிட்டேன்.. இப்போது உன்னையும் கொன்று.. அந்த பழியையும் பாவத்தையும் சுமக்கச் சொல்கிறாயா..?"

"ஏம்மா.. இப்படியெல்லாம் பேசுகிற..?"

"ம்த்சு.. என் விதி.. பேசுகிறேன்.. நான் என்ன தவறு செய்தேன்..? மனதுக்குப் பிடித்தவனைக் காதலித்தேன்.. நீங்க ஒப்புக்கலை.. வீட்டை விட்டுப் போன்னு நீங்க

தான் ஊர் பார்க்க.. என் கழுத்தைப் பிடித்து வெளியே தள்ளினீங்க.. சரின்னு என்னைக் காதலித்தவனைக் கல்யாணம் பண்ணிக்கிட்டேன்... நீ நிம்மதியா வாழ்ந்துருவியாடின்னு என்னைப் பெத்தவங்க வன்மம் வைச்சு தற்கொலை பண்ணிக்கிட்டாங்களே.. இந்தக் கொடுமையை நான் எங்கே போய்ச் சொல்வேன்..?"

பூங்கொடியின் மனதில் இவ்வளவு எண்ணங்கள் புதைந்திருந்தனவா என்று இருந்தது சங்கருக்கு..

"என் புருஷனுக்கு நான் நல்ல மனைவியாக இல்லை.. என் பிள்ளையை வளர்க்கின்ற அம்மாவாகவும் இல்லை.. இதெல்லாம் யாரால்..? உங்களால்.. இதையெல்லாம் ஈடுகட்ட என்னால் இனி முடியாது.. உன்னால் முடியுமா..?"

"தெரியவில்லையே.."

"தெரியணும்.. நீ எனக்காக எதையாவது செய்ய நினைத்தால் இதற்கு ஈடுகட்ட முடியுமான்னு பாரு.. என்னைக் கல்யாணம் பண்ணிக்-

கொண்ட பாவத்திற்காக.. என் புருஷனும்... என் வயிற்றில் பிறந்துவிட்ட காரணத்திற்காக என் பிள்ளையும்.. என்னால் பாதிக்கப் பட்டாங்களே.. அதைசரி செய்ய முடியுமான்னு பாரு.."

"செய்கிறேன் பூங்கொடி.. கட்டாயம் செய்கிறேன்.."

"என் அம்மா.. எனக்காக உன்னிடம் கேட்டதைத் தான்.. நான் என் பிள்ளைக்காக உன்னிடம் கேட்கிறேன்.. அவன் எதைக் கேட்டாலும் மறுக்காதே.."

"மறுக்க மாட்டேன்.."

"அவன் உன்னை வெறுத்தாலும்.. நீ அவனை வெறுக்கக் கூடாது.."

"வெறுக்க மாட்டேன்.."

"அவன் என்ன செய்தாலும் மன்னித்துவிடு.. கோபப்படாதே.."

"மன்னிப்பேன்.. கோபப்பட மாட்டேன்.."

"கடைசிவரை அவனைக் கை விடாதே.."

"கைவிட மாட்டேன்.."

இதைக் கேள்விப்பட்ட வசந்தன்..

"என்னைக் கைவிடமாலிருக்க அந்த ஆள் யார்..?" என்று கொதித்-தானாம்.. யமுனா.. பின்னாளில்.. ஓர்நாள் சொன்னாள்..

அதற்குப் பின்னால்.. பூங்கொடி அதிகநேரம் உயிரோடு இருக்க-வில்லை.. இறப்பதற்கு முன்னால்.. பிரசன்னாவை அருகில் அழைத்து வெகுநேரம் பேசினாள்.. வசந்தனைத் தன் கை அணைப்பில் வைத்துக் கொண்டாள்..

"உங்க மடியில் தலை வைத்துக்கவா..?" என்று அவள் கேட்கும்-போதே.. பிரசன்னாவிற்கு நெஞ்சைப் பிசைய ஆரம்பித்துவிட்டது..

அவன் மடியில் தலை வைத்தவள்.. அடுத்த சில நிமிடங்களில் கண்மூடிவிட்டாள்..

மனைவியை இறுக்கிக் கொண்டு பிரசன்னா கதறிய கதறலில் அந்த மருத்துவமனையே ஆட்டம் கண்டது..

"இவனையா.. அயோக்கியன்னு நினைத்தேன்.."

சங்கர்.. பூங்கொடியின் குற்றச்சாட்டில் இருந்த உண்மையை நினைத்து மனம் மருகினான்..

அவன் மட்டும் பிரசன்னாவைப் பற்றி நல்லவிதமாகச் சொல்லி-யிருந்தால்.. வரதராஜன்.. அவன் பேச்சிற்குக் கட்டுப்பட்டிருப்பாரோ..? அவரும்.. கோதைநாச்சியாரும் உயிரை விட்டிருக்க வேண்டி வந்திருக்-

காதோ..? இப்போது பூங்கொடியும் மறைந்திருக்க மாட்டாளோ..?

காதலித்த குற்றத்திற்காக சிலுவை சுமந்து.. மனதிற்குள் மருகி.. மருகி.. உயிரை விட்ட பூங்கொடி.. ஒரு பிடி சாம்பலாகிவிட்டாள்..

ஆனால்.. அவளின் நினைவுகள் மட்டும்.. சங்கரின் மனதில் மறை-யாமல் நிலைத்து நின்றுவிட்டது..

19

மாளவிகா அவளுடைய கைனடிக் ஹோண்டாவை நிறுத்திவிட்டு இறங்கிய போதே.. மரத்தடி மாநாட்டில் இருந்த அவளுடைய தோழிகளைக் கவனித்துவிட்டாள்..

"இதோ.. அவளே வந்துட்டா.." என்றாள் அனிதா..

"என்னடி.. என் பெயர் அடிபடுது.. என் தலையை எதுக்கு உருட்டிக்கிட்டு இருக்கீங்க..?" என்றபடி அவர்களுக்கு அருகில் சென்று அமர்ந்து கொண்டாள் மாளவிகா..

"ஏண்டி.. நீ பாட்டுக்கு.. கல்ச்சுரல் புரோகிராமுக்கு செகரட்டரி பொறுப்பை எடுத்துக்கிட்டு.. ஜாலியா ஊர் சுற்றிக்கிட்டு இருக்கியே.. இது உனக்கே நியாயமாய் இருக்கா..?" ஜானகி கேட்டாள்..

"ஜாலியா இருக்கேன்னு சொல்லு.. ஊரைச் சுற்றிக் கிட்டு இருக்கேன்னு சொல்லாதே.." மாளவிகா முறைத்தாள்..

"இப்ப அவ என்ன சொல்லிட்டாள்ன்னு அவமேல கோபப்படறே.." ஜானகிக்காக வாசந்தி பரிந்து கொண்டு வந்தாள்..

"பின்னே என்னடி.. இவ எப்படி என்னை ஊர் சுற்றின்னு சொல்லலாம்..? எனக்கு அது சுட்டுப் போட்டாலும் வராது..?" மாளவிகா படபடத்தாள்..

"ஓகே.. ஓகே.. அவள் சொன்னது தப்புத்தான்.. அதுக்காக.. நீ பொறுப்பில்லாம இருக்கிறது சரியில்லை.." அனிதா.. தீர்ப்புச் சொன்னாள்..

"இப்ப.. நானென்ன பொறுப்பில்லாம இருக்கிறேன்னு நீங்க எல்லோரும் மண்டகப்படி நடத்தறீங்க..?"

"கல்ச்சுரல் புரோகிராம் நடத்தறதுன்னா சும்மாவா..? அதுக்குப் பைசா வேண்டாமா..?"

"வேண்டும்தான்.. அதை நீ கொடுக்கப் போகிறியா.."

"என்னடி இவ.. இப்படிக் கூலாப் பேசறா..?"

"பொறுங்கடி.. இப்ப என்ன சொல்ல வர்றீங்க..? கல்ச்சுரல் புரோகிராமுக்கு ஸ்பான்சர்சிப் வேணும்.. அவ்வளவுதானே.."

"ஹலோ.. அப்படியெல்லாம் ஈஸியா இது முடிகிற விசயமில்லை.. தெரிஞ்சவங்கிட்ட எல்லாம் உண்டியல் குலுக்கியாகணும்.. எத்தனை இடங்களில் ஏறி இறங்கணும்னு உனக்குத் தெரியுமா..? ஊரையே சுற்றி வரணும்.."

"எனக்குத்தான் ஊர் சுற்ற வராதேடி.."

"அதையெல்லாம்.. பொறுப்பை எடுத்துக்கறதுக்கு முன்னாடி யோசிச்சிருக்கணும்.. இப்ப பொறுப்பை எடுத்துட்டு.. முடியாதுன்னு சொல்லி ஒதுங்கக் கூடாது.."

"யார் ஒதுங்கியது..?"

"வேறுயார்..? நீதான்.."

"தோடா.. நானெல்லாம் பிள்ளையார் கட்சி.."

"புரியலையே.."

"ஒரு பழத்துக்காக உலகம் சுற்றும் வாலிபனாய்.. உலகைச் சுற்றி வர - முருகன் போய் விட்டார்.. பிள்ளையார் என்ன பண்ணினார்..? எனக்கு அம்மையப்பன்தான் உலகம்ன்னு சொல்லி.. அவர்களை ஒரு சுற்று சுற்றிவிட்டு.. இருக்கிற இடத்தில் இருந்தே காரியத்தை சாதிக்கலையா.. நானும் அந்த ரகம்தான்.."

"என்னடி இவ இப்படிச் சொல்றா..?"

"பொறு அனிதா.. அவ மனசுக்குள்ள ஏதோ திட்டத் தோட இருக்கிறாள்னு தோணுது.. என்னன்னு கேட்போம்.."

"என்னடி..?"

"இப்ப எதுக்கு.. நீ அவகிட்ட என்னடின்னு கேட்ட..?"

"நீதானே அவளை என்னன்னு கேட்போம்ன்னு சொன்ன..?"

"ராமா.." என்று தலையில் கைவைத்துக் கொண்ட வாசந்தி..

"என்னன்னு சொல்லத் தொலையடி.." என்று மாளவிகாவிடம் எரிந்து விழுந்தாள்..

"என் அப்பா.. 'விஷால் குரூப் ஆப் கம்பெனிஸ்'ஸின் ஜி.எம். தெரியுமில்ல..?"

"அட.. ஆமாம்.. அப்ப.. உன் அப்பாவிடமே.. மொத்தச் செலவையும் வாங்கப் போகிறாயா..?"

"ஏண்டி.. என் அப்பாவை இப்படி மொட்டை யடிக்கணும்னு எத்தனை நாளாய்த் திட்டம் போட்டிருந்த..?"

"அடிப்பாவி.. நீதானேடி.. உன் அப்பா பெரிய ஜி.எம் ன்னு பீற்றிக்கிட்ட..?"

"பீற்றிக்கிட்டா.. என் அப்பாவிடம் கொள்ளையடிக்கப் போகிறேன்னு அர்த்தமா..? அதைச் செய்ய எனக்கென்ன பைத்தியமா பிடிச்சிருக்கு..?"

"இப்ப எனக்குப் பைத்தியம் பிடிக்கறதுக்குள்ள.. நீ என்னதான் செய்யப் போறேன்னு எங்ககிட்ட சொல்லப் போகிறாயா..? இல்லையா..?"

"நான் ஸ்ட்ரெயிட்டா.. மேலிடத்துக்கே போகப் போகிறேன்.."

"இன்னும் புரியலை.."

"இதுகூடப் புரியலைன்னா எப்படி..? மரமண்டை.. அதுதான் போன செமஸ்டரில்.. ஒன் டிஜிட்டில் மார்க்கை வாங்கிவச்ச.."

"இதோ பார் மாளவிகா.. நீ என்னைப்பற்றி எதை வேண்டுமானாலும் பேசு.. ஆனால்.. என் மார்க்கைப் பற்றி மட்டும் பேசாதே.."

"ஓகே.. பேசலை.. நான் 'விஷால் குரூப் ஆப் கம்பெனிஸி'ன் எம்டிகிட்ட பேசப் போகிறேன்.. என்கூட யார்.. யார் வரப்போறீங்க..?"

மாளவிகா கேட்டதுதான் தாமதம்.. உடனே எல்லோரும்.. 'நான்.. நான்..' என்று கை தூக்கினார்கள்..

"என்னடி இது.. அத்தனை பேரும் கை தூக்கறீங்க..?" மாளவிகா ஆச்சரியப்பட்டாள்..

"கை தூக்காமல் என்ன செய்வோம்.. நீ போகப் போகிற இடம் அப்படி.." என்றாள் ஜானகி..

"ஏன் அப்படிச் சொல்றே..?"

"நீ உன் அப்பாவின் எம்டியை நேரில் பார்த்ததே யில்லையா..?"

"ஊஹூம்.."

"நாங்க பார்த்திருக்கிறோம்.."

"எங்கே பார்த்தீங்க..?"

"டிவியில்.. பிஸினெஸ் மேகசினில்.. ம்ம்.. அப்புறம்.. அனிதா ஒருநாள் பீச்சில் அவரைப் பார்த்தாளாம்.. ரேகா கோவா போயிருந்தபோது பார்த்திருக்கிறாளாம்.. நம்ம சுனிதா.. ஒரு கல்யாணத்தில் அவரைப் பார்த்தாளாம்.. அப்புறம்.."

"போதும் நிறுத்துங்கடி.. அவர் என்ன பெரிய ஹீரோவா..?"

"பின்னே இல்லையா..? எத்தனை பெண்கள் அவரை நினைச்சு ஜொள்ளு விட்டுக்கிட்டு இருக்கிறாங்க தெரியுமா..?"

"எனக்கென்ன தெரியும்.. நீயே 'ஜொள்ளு..'"

"ஏய்.. கிண்டலா செய்கிற..?"

"பின்னே.. வேறு என்ன செய்வாங்க..? இப்படிக்கூட ஒரு ஆளை உசத்தி வைத்துப் பேசுவீங்களாடி.."

"நீ அவரைப் பார்த்ததில்லைன்னு நினைக்கிறேன்.."

"அதுதான் பார்த்ததில்லைன்னு அப்பவே சொல்லிட் டேனே.."

"பார்த்திருந்தால் இப்படிப் பேச மாட்டாய்..?"

மாளவிகாவிற்கு.. அந்தப் பெண்களின் பேச்சை கேட்டு வேடிக்கை-யாக இருந்தது..

என்னதான் அந்த விஷால் பெரிய மன்மதனாக இருந்தாலும்.. இந்-தப் பெண்கள் இப்படி அவனை நினைத்துப் பறக்க வேண்டாம் என்று அவளுக்குத் தோன்றியது..

"வந்து தொலைங்கடி எல்லோரும்.." என்று அலுத்துக் கொண்டே.. அனைத்துப் படையுடன்.. சங்கர் வேலை பார்த்த கம்பெனிக்குள் நுழைந்தாள் மாளவிகா..

"டாடி.." என்றபடி கேபினுக்குள்.. பெண்கள் கூட்டம் புடைசூழ வந்து நின்ற மாளவிகாவைப் பார்த்ததும் அவனுக்கு தூக்கி வாரிப் போட்டது..

"என்னம்மா.. இப்படி திடுதிப்புன்னு வந்து நிற்கிற..?"

"ஒன்றுமில்லை டாடி.. உங்க எம்டியைப் பார்க்க வந்திருக்கிறோம்.. போகிற வழியில் உங்க ரூமுக்கு ஜஸ்ட் எ விசிட் அடித்தோம்.."

"எம்டியைப் பார்க்க வந்திருக்கிறீங்களா..? எதுக்கு..?"

"சும்மா.."

"அந்த சும்மாதான் என்ன..?"

"அதுவா டாடி.. எங்க காலேஜ் கல்ச்சுரல் புரோகிராமுக்கு அவரை சீஃப் கெஸ்டா இன்வைட் பண்ணனும்.. அதற்குத்தான்.. வேற எதுக்கு..? இல்லைடி..?" மாளவிகா தோழிகளைப் பார்த்துக் கண்சிமிட்ட..

"ஆமாம்.. ஆமாம்.." என்று அவர்கள் கோரஸ் பாடினார்கள்..

"அவ்வளவுதானே.." என்று நிம்மதியானான் சங்கர்..

"அதுக்கு.. எதுக்கு.. இவ்வளவு தூரம் அலையறீங்க..? என்கிட்ட சொல்லியிருந்தா.. நான் டேட் வாங்கிக் கொடுத்திருப்பேனே.."

"அது நல்லாயிருக்காது டாடி.."

"ஏம்மா..?"

"எங்க காலேஜ் பங்சனுக்கு.. நாங்களே நேரே வந்து இன்வைட் பண்ணினால்தான் மரியாதையாக இருக்கும்.. இல்லைடி.." மீண்டும் மாளவிகா கண்சிமிட்ட.. தோழிகள்.. 'ஆமாம்' போட்டார்கள்..

'பிடித்தால் ஒரே பிடிதான்..' மகளை நினைத்து செல்லப் புன்முறுவல் பூத்தபடி.. விஷாலிடம் போனில் பேசி.. மாளவிகா அவனைச் சந்திக்க அனுமதி வாங்கிக் கொடுத்தான் சங்கர்..

20

"வெல்கம் மிஸ் மாளவிகா.."

சுழல் நாற்காலியில் சுழன்று திரும்பிய விஷால் அத்தனை அழகாக இருப்பான் என்று மாளவிகா கொஞ்சம்கூட எதிர்பார்த்திருக்கவில்லை..

அவனும் அதே நினைவுடன்தான் இருந்தான் என்பதை அவனது முகத்தில் தெரிந்த வியப்புக் காட்டிக் கொடுத்தது..

'வாவ்..' என்று மாளவிகா மனதிற்குள் சொல்லிக் கொண்டதை.. அவன் விழிகளில் பிரதிபலித்தான்..

"டேக் யுவர் சீட்.."

"தேங்க் யு சார்.."

மாளவிகாவும்.. மற்ற தோழிகளும் அமர்ந்து கொண்டார்கள்.. அவர்களுக்கு ஜூஸ் வந்தது..

"பர்ஸ்ட், ஜூஸ் சாப்பிடுங்க.. அப்புறமாய் வந்த விவரத்தை சொல்லுங்க.." என்றான் விஷால்..

தனக்குக் கிடைத்த உபசரிப்பில்.. மனம் மகிழ்ந்து போனாள் மாளவிகா.. இதனால்.. தன் தோழிகளின் மத்தியில் உயரப் போகும் இமேஜை நினைத்து பெருமைப்பட்டுக் கொண்டாள்..

"இப்ப சொல்லுங்க..? வாட் டு யு வாண்ட்..?"

"சார்.. எங்க காலேஜில் கல்ச்சுரல் புரோகிராம் நடத்தப் போகிறோம்.."

"குட்.."

"அதற்கு நான்தான் செகரட்டரி.."

"வெரிகுட்.."

"அந்த கல்ச்சுரல் புரோகிராம் சீப் கெஸ்டா நீங்க வந்து எங்க காலேஜை கௌரவப்படுத்தனும்.."

"என்னைக்கு அந்த புரோகிராம் வருது..?"

"கமிங்.. பிப்டின்த் டே.."

"ம்.. ஓகே.. என் பி.ஏவிடம் உங்க புரோகிராமை சொல்லிவிடுகி-றேன்.. நெக்ஸ்ட்..?"

"சார்.."

முன் பின்.. நன்கொடை வாங்கி அறியாத மாளவிகா தயங்கினாள்..

"டொனேசன் வேணுமா..?"

இதமாக வினவிய விஷால்.. அவளுடைய பதிலை எதிர்பார்க்கா-மல்.. தன் செக் புக்கை எடுத்து.. ஒரு பெரிய தொகையை எழுதி கையொப்பம் இட்டு.. செக்கைக் கிழித்து அவள் கையில் கொடுத்தான்..

"இது போதுமா..?"

அவர்களது கலைவிழாவிற்கு தேவைப்பட்ட பணத்தைப் போல இரண்டு மடங்கு தொகையை அவன் எழுதியிருக்க.. மாளவிகாவிற்கு பேச்சே வரவில்லை..

"போதுமான்னு கேட்கறீங்களே சார்.. இதில் பாதி கொடுத்தாலே போதும்.. எங்க கல்ச்சுரல் புரோகிராமை ஜமாய்த்து விடுவோம்.."

"மீதியை.. உங்க காலேஜ் பண்டுக்கு என் டொனேசனா கொடுத்து விடுங்க.."

அவன் சிரிக்க.. அந்த வசீகரத்தில் மயங்கிப் போன பெண்களை அந்த அறையிலிருந்து எப்படி அழைத்துக் கொண்டு போவது என்ற கவலையில் ஆழ்ந்தாள் மாளவிகா..

"உங்ககிட்ட இன்னொரு அப்ளிகேஷன் சொல்லணும் சார்.."

"சொல்லுங்க.."

"தயவுசெய்து இப்படி சிரித்து வைக்காதீங்க.."

"வாட்..?"

அவளது கோரிக்கையைக் கேட்டு அவன் ஆச்சரியமாக அவளைப் பார்த்தான்..

'ஏன் இப்படிக் கேட்கிறாள்..?'

"உங்களுக்கு தெரியுமோ.. தெரியாதோ.. அது எனக்கு தெரியாது.."

"எது..?"

"யு லுக் வெரி ஹேண்ட்சம் சார்.."

"ஹேய்.. வாட் ஆர் யு டெல்லிங்...?"

விஷாலின் சிரிப்பு அதிகமானது.. அவளது இந்தப் பேச்சை அவன் எதிர்பார்த்திருக்கவில்லை என்பது.. அவனது.. சிரிப்பிலிருந்தே தெரிந்தது..

"நிஜம்தான் சார்.. நீங்க அழகாயிருக்கீங்க.. சிரிக்கும் போது இன்னும் அழகாகத் தெரியறீங்க.."

"அதுக்கும்.. நான் சிரிக்கக் கூடாதுன்னு நீங்க சொல்றதுக்கும் என்ன சம்பந்தம்..?"

"அதையேன் சார் கேட்கறீங்க.. உங்களைப் பார்க்க வரப்போகிறேன்னு சொன்னதும்.. இவங்க எல்லோருமே கூட வரனும்ன்னு அடம் பிடிச்சாங்க.."

"ஈஸிட்..? எதுக்காக அப்படிச் சொன்னாங்க..?"

"வேற எதுக்கு.. எல்லாம்.. உங்களை சைட் அடிக்கத்தான்.."

இலகுவாக இதைக் கூறியவளை வியப்போடு உற்றுப் பார்த்தான் விஷால்.. ஒரு பெரிய தொழில் சாம்ராஜ்யத்தின் அதிபதியிடம் பேசும் உணர்வில்லாமல் இயல்பாக பேசும் அவளது தன்மை அவனைக் கவர்ந்தது..

அதுநேரம் வரை.. அவளை.. அவனது மதிப்பிற்குரிய சங்கரின் மகள் என்ற கோணத்தில் மட்டுமே பார்த்தவன்.. அவளது பேச்சைக் கேட்டதும்.. புதிதாக அவளைப் பார்த்தான்..

கள்ளம் கபடமில்லாமல்... ஒரு தேவதையின் பொழிவோடு இருந்தவளிடம்... மற்றவர்களிடமிருந்து.. வித்தியாசப்படும் ஓர் தனி அழகு இருந்ததை அவனால் உணர முடிந்தது..

"குட் ஜோக்.."

அவனும் இயல்பாகச் சிரித்தபடி கையசைத்து அவளுக்கு விடைகொடுத்தான்..

அவள் போய் வெகு நேரமாகியும்.. அவளைப் பற்றிய நினைவு அவன் மனதில் தென்றலாக வருடியது..

'வாட் எ கேர்ள்.. ஷி இஸ்..!' அவன் மனம் வியந்தது.

மாளவிகா குறிப்பிட்டிருந்த அந்த பதினைந்தாம் தேதியில் அவன் சரியான நேரத்திற்கு அவளுடைய கல்லூரிக்குள் நுழைந்து விட்டான்..

"வெல்கம் சார்.." மாளவிகா சிறப்பான வரவேற்பை அளித்து.. அவனை மரியாதையுடன் அழைத்துச் சென்று.. முன் வரிசையில் அமர வைத்தாள்..

அன்றைய விழாவில் அவளுடைய.. நடனமும்.. இருந்தது.. மாளவிகா அழைத்ததற்காக.. தனது மற்ற வேலைகளை மறந்து அந்தக் கல்லூரி விழாவில் கலந்து கொள்ள வந்திருந்தவன்.. மேடையில் அவள் நடன உடையில் தோன்றியவுடன்.. நிமிர்ந்து அமர்ந்து.. கால்மேல்.. கால் போட்டுக் கொண்டு.. கம்பீரமாக நடனத்தை ரசிக்க ஆரம்பித்துவிட்டான்..

"ஆயிரம் பெண்மை மலரட்டுமே..
ஆயிரம் கண்கள் ரசிக்கட்டுமே..
ஒருத்தியின் நெஞ்சம்..
ஒருவனுக்கென்றே..
சொல்.. சொல்.. சொல் - தோழி..
சொல்.. சொல்.. சொல்.."

சுற்றிலும் ஆறு பெண்கள் சூழ்ந்து ஆட.. பழைய பாடலின் வரிகளுக்கேற்ப வாயசைத்தபடி.. அவர்களுக்கு மத்தியில் சுழன்று ஆடி.. அபிநயித்தாள் மாளவிகா..

"ஒன்றே காதல் ஒன்றே ஜீவன்..
ஒன்றே வாழ்வின் நீதி..
ஒன்றாய் கலந்து.. நன்றாய் வாழும்..
பண்பே பெண்கள் ஜாதி..
காதல் நாயகன் ஒருபாதி..
காதலி நானும் மறுபாதி..
இருமனம் அங்கே..
திருமணம் என்றே..
சொல்.. சொல்.. சொல் - தோழி..
சொல்.. சொல்.. சொல்.."

மாளவிகாவின் பார்வை.. முன்வரிசையில் அமர்ந்திருந்த விஷாலின் மீதே பதிந்து.. பதிந்து.. மீண்டது..

தன் தந்தையின் முதலாளி.. தன் வார்த்தையை மதித்து.. தனக்காக அந்தக் கல்லூரி விழாவிற்கு வருகை தந்திருப்பவன் என்ற எண்ணமும் அவனை நல்ல முறையில் சிறப்பாக கவனித்து அனுப்ப வேண்டும் என்ற பொறுப்புணர்வும் கவலையும் அவளுக்கு..

அவள் அந்த முறையில் அவனைப் பார்க்கப் போக.. விஷால் அந்தப் பார்வையில் கட்டுண்டான்..

"மன்னவனே ஆனாலும்.. பொன்னளந்து கொடுத்தாலும்..

பெண் மனதை நீஅடைய முடியாது..

மாளிகையில் வைத்தாலும்.. வெஞ்சிறையில் போட்டாலும்

உடலன்றி உயிர் உன்னைத் தீண்டாது.."

அவளது விழிகள் அந்தப் பாடலுக்கேற்ப அபிநயித்தபடி அவனிடம் செல்ல.. ஒரு பெருமிதப் புன்முறுவல் அவன் உதட்டில் உதித்தது..

"மானும் பெண்ணும் ஒரு ஜாதி..

மானம் எங்கள் தனிநீதி..

தவறு செய்யாதே.. அருகில் வராதே..

நில்.. நில்.. நில் - மன்னா

நில்.. நில்.. நில்.."

விஷாலின் மனது மாளவிகாவிடம் நிலைத்து நின்று விட்டது..

21

ஒரு திரைப்படப் பாடல் உண்டு..

'நில்லென்று சொன்னால்.. மனம்

நின்றா போகும்..!' என்று..

அன்று மாளவிகா மேடையில் பாடிய பாடலில் 'நில்..' என்று சொன்னாள்.. விஷாலின் மனம்.. அவளிடம் நிலைத்து நின்று விட்டது..

அடுத்தடுத்த நாள்களில்.. அவளைப் பற்றியே அவனது எண்ணம் ஓட.. பெற்றவளிடம் தன் மனதிலிருப் பதைச் சொல்லிவிட்டான்..

"ஆர் யு ஷ்யூர் எபௌட் இட் விஷால்..?" பொற்கொடி மகனிடம் கேட்டாள்.

"ஹண்ட்ரெட் பெர்ஸெண்ட் ஷ்யூர் மம்மி.." விஷால் உறுதியாகச் சொல்லிவிட்டான்..

பொற்கொடிக்கு சங்கரின் மேல் தனியான மதிப்பும்.. பாசமும் உண்டு.. சாண்டில்யன் அவளையும்.. விஷாலையும் விட்டுவிட்டு திடீ-ரென்று நெஞ்சு வலியில் உயிரை விட்டபோது.. மகனுக்கு தோள் கொடுத்து.. துணையாக நின்ற சங்கரிடம் அவளுக்கு நன்றியும் உண்டு..

ஆனால் திருமணம் என்று வரும்போது.. தன் ஒரே மகனுக்கு.. தங்-களுக்கு சமதையான இடத்தில் பெண் எடுக்க வேண்டும் என்றே அவள் நினைத்திருந்தாள்..

பணம்.. பணத்தோடுதான் சேர வேண்டும் என்ற இயல்பான மேல்-தட்டு வர்க்கத்தின் எதிர்பார்ப்பு அவளிடமும் இருந்தது..

விஷாலின் எதிர்பார்ப்பு வேறாக இருந்தபோது.. அவள் தன் பக்-கத்தை வலியுறுத்தாமல்.. மகனின் விருப்பத்தை ஏற்றுக் கொண்டதற்கு முக்கிய காரணம் மாளவிகா சங்கரின் மகள் என்பதே ஆகும்..

பொற்கொடி சங்கரை வீட்டுக்கு அழைத்தாள்..

அவள்.. இதற்கு முன்னாலும்.. கம்பெனி விவரங்களை அறியவும்.. சில முக்கியமான குடும்ப விவரங்களை பேசுவதற்காகவும் சங்கரை வீட்-டுக்கு அழைத்தது உண்டு..

அன்றும் அதேபோல் ஏதோ ஒன்றைப் பேசப் போகிறாள் என்ற நினைவுடன் சங்கர் பொற்கொடியைப் பார்க்கச் சென்றான்..

"வணக்கம்.. மேடம்.."

"வாங்க.. உட்காருங்க.."

சங்கர் அமர்ந்தான்.. வேலைகாரப் பெண் கொண்டு வந்த ஜூஸை பருக ஆரம்பித்தான்..

"வீட்டில் உங்க மிஸ்ஸூம்.. டாட்டரும் எப்படியிருக் கிறாங்க..?"

"நல்லா இருக்கிறாங்க மேடம்.."

"உங்க டாட்டர் என்ன படிக்கிறாள்..?"

"பி.எஸ்.ஸி. கம்யூட்டர் சயின்ஸ்.."

"ரொம்ப அழகாக இருப்பாள் போல.."

"யார் சொன்னது..?"

"விஷால் சொன்னான்."

பொற்கொடி நிதானமாகக் கூற.. சங்கருக்கு என்ன பதிலைச் சொல்-வது என்றே தெரியவில்லை.. அவன் மௌனம் சாதித்தான்.. பொற்கொ-டியே தொடர்ந்து பேசினாள்..

"விஷாலுக்கு மாளவிகாவை ரொம்பப் பிடிச்சுப் போச்சு.. ஒரு நல்ல நாளில்.. நாங்க உங்க வீட்டிற்கு பெண் பார்க்க வருகிறோம்.."

சங்கருக்கு தன் காதுகளையே நம்ப முடியவில்லை.. அவனுடைய முதலாளிக்கு மனைவியாக.. அவனது மகள் ஆகப்போகிறாளா..?

"விஷால் ஆசைப்பட்டுட்டான்.. அவன் ஆசைப் படறது உங்க மகள்ங்கிறதினால் எனக்கு எந்தவித அப்ஜெக்ஷனும் இல்லை.. ஸோ.. நாம்.. மேரேஜை சீக்கிரமா நடத்தி விடலாம்.."

வீட்டிற்கு திரும்பிய கணவன்.. ஏன் தரையில் கால் பாவாமல் குதூ-கலமாக இருக்கிறான் என்று புரியாமலேயே கணவனின் மகிழ்ச்சியைப் பார்த்து மகிழ்ந்து போனாள் யமுனா..

"என்னங்க.. இன்னைக்கு செம குஷியாய் இருக்கீங்க..?"

"இருக்காதா பின்னே.. என் மக எனக்கு பாஸ் ஆகப் போகிறாள்டி.."

யமுனாவிற்கு அவன் சொன்னது சுத்தமாக விளங்க வில்லை..

"நீங்க பேசறது எனக்குத் தலையும் புரியவில்லை.. காலும் புரிய-வில்லை.. விளங்கச் சொல்கிறீங்களா..?"

"போடி.. டியூப் லைட்.. என் எம்டி விஷாலுக்கு நம்ம மாளவிகாவை பெண் கேட்கிறாங்கடி.."

"என்னங்க சொல்றீங்க..?"

யமுனா.. அப்படியே உட்கார்ந்துவிட.. சங்கர் அவளை ஆசுவாசப் படுத்திவிட்டு.. அனைத்தையும் சொன்னான்..

ஆனால்.. கல்லூரியை விட்டு வீட்டுக்கு வந்த மாளவிகா அந்தச் செய்தியை கேட்டதும்.. சங்கரைப் போல தலை.. கால் புரியாமல் குதிக்-கவுமில்லை.. யமுனாவைப் போல.. பிரமித்து உட்கார்ந்து விடவுமில்லை..

"யார் சொன்னது டாடி..?" என்று விசாரித்தாள்..

"விஷாலுடைய அம்மாதான் சொன்னாங்க.."

"கண்டதும் காதலா..? எனக்கு இதிலெல்லாம் நம்பிக்கை இல்லை டாடி.."

"உனக்கு விஷாலை பிடித்திருக்கா.. இல்லையா..?"

"பிடித்திருக்குதான்.. ஆனால்.. மேரேஜ் பண்ணும் அளவிற்கு நான் நினைத்துப் பார்க்கலை.."

"அவர் நினைத்துப் பார்த்திருக்கிறார்.."

"எனக்கென்னவோ.. எல்லாமே.. அவசரமாக நடப்பது போல இருக்கு.. என் படிப்பு முடிய இன்னும் ஒரு மாதம் இருக்கே டாடி.."

"ஒரே மாதத்தில் படிப்பு முடிந்து விடுமே மாலுக்குட்டி.."

"என்னவோ போங்க.. எனக்கு ஒன்னும் புரியலை.."

மாளவிகா.. தனக்கும் அந்தப் பேச்சிற்கும் சம்பந்த மில்லை என்பது-போல உள்ளே சென்றுவிட்டாள்..

பெண் பார்க்க வந்தபோது.. விஷால் அவளிடம் தனிமையில் பேசி-னான்..

"எனக்கு உங்களைப் பிடித்திருந்தது.. பெண்கேட்டு வந்திருக்கிறேன்.. உங்களுக்கு என்னைப் பிடித்திருக் கிறதான்னு சொல்லுங்க.. மேற்-கொண்டு மேரேஜ் ஏற்பாடுகளைக் கவனிக்கிறேன்.."

அவன் தேவையற்று உரிமை எடுத்துக் கொள்ளாமல்.. 'வாங்க போங்க..' என்று பேசியது அவளைக் கவர்ந்தது..

"எனக்குப் பிடிக்கலைன்னு நான் சொன்னால்..?"

"கோபப்பட மாட்டேன்.. வருத்தம் இருக்கும்.. பட்.. நாம் நல்ல பிரண்ட்ஸாக இருக்கலாம்ன்னு சொல்லிவிட்டு போய் விடுவேன்.. இப்ப.. என்ன சொல்லப் போறீங்க..?"

"பிடித்திருக்குன்னு சொல்லப் போகிறேன்.."

அவன்.. அவளுடைய அப்பாவின் முதலாளி.. அவளால் எட்ட முடியாத உயரத்தில் இருப்பவன்.. அவளுடைய தோழிகள் பார்வையிடப் போட்டி போட்ட ஆணழகன்..

அவன் அவளை விரும்புகிறான்.. முறைப்படி திருமணம் செய்து-கொள்ள.. அவளைப் பெண் கேட்டு அவள் வீட்டிற்கு வந்திருக்கிறான்..

இதனால் துளிக்கூட பாதிக்கப்படாதவளாக.. ஒருவித நிமிர்வுடன் அவள் அவனிடம் பேசுகிறாள்..

'இது.. இது.. இதைத்தான் நான் விரும்புகிறேன்..' விஷால் மனதிற்-குள் கூறிக் கொண்டான்..

மாளவிகாவின் இந்தத் தன்மைதான் விஷாலை ஈர்த்தது.. அவனு-டைய பணத்தையும்.. அழகையும்.. புகழையும்.. பொருட்படுத்தாமல் இயல்பாக அவற்றை எடுத்துக் கொண்ட பாங்கு அவளிடம் மட்டுமே காணப்பட்ட ஒன்றாக அவன் நினைத்தான்..

'பிடிச்சிருக்கு..'

இந்த ஒரு சொல்லில் அவனுடைய விருப்பத்திற்கான மரியாதையை அவள் கொடுத்தாள்.. எப்படி.. அவனுடைய விருப்பத்தை இயல்பாக எடுத்துக் கொண்டாளோ.. அதே இயல்புடன் அவனது விருப்பத்தைக் கௌரவிக்கவும் செய்தாள்..

திருமணம் நிச்சயிக்கப்பட்டது..

மாளவிகாவின் திருமணத்திற்கு இரண்டு வாரங்கள் இருந்த நிலை-யில்.. சங்கர் மட்டும்.. மாளவிகாவின் திருமண அழைப்பிதழை நேரில் கொடுப்பதற்காகப் பிரசன்னாவின் ஊட்டி எஸ்டேட்டிற்குச் சென்றான்..

பூங்கொடியின் மறைவிற்குப் பின்னால்.. அவன் அங்கு போனபோது..

"இனிமேல்.. என் அம்மாவின் அண்ணன்கிற உறவு முறையைக் கொண்டாடிக் கொண்டு யாரும் இங்கே வர வேண்டாம்.." என்று வசந்-தன்.. வழக்கம்போல சுவரைப் பார்த்துக்கொண்டு சொல்லி விட்டான்..

'நீர் அடித்து நீர் விலகாது..' என்று மனதைச் சமாதானப்படுத்திக் கொண்டு.. திரும்பவும் ஒருமுறை சங்கர் அங்கே போகத்தான் செய்-தான்..

"ஏன் டாடி.. என் அம்மாவை மேலே அனுப்பி வைத்தது இவருக்கு போதாதா..? என்னையும் குறி வைக்கிறாரா..?" என்று வசந்தன் பிரசன்னாவிடம் கேட்டு வைக்க.. துடித்துப் போய்.. அங்கே போவதை நிறுத்திக் கொண்டான் சங்கர்..

22

‘பூங்கொடி எஸ்டேட்..’ என்ற வளைவுக்குள் கார் நுழைந்த போதே.. தங்கையின் நினைவில் சங்கருக்கு கண்கலங்கி விட்டது..

இப்படிப்பட்ட வாழ்க்கை கிடைத்தும்.. அதை வாழ முடியாத வேதனையுடன் கண் மூடிவிட்டாளே என்று மனதிற்குள் வேதனைப்பட்டான் சங்கர்..

பிரசன்னாவின் பிரம்மாண்டமான பங்களாவின் முன்னால் இவனது கார் போய் நின்றது.. வாசல் காவலாளி அருகே வந்தான்..

"நான் சங்கர் வந்திருக்கிறேன்னு சொல்லுங்க.."

வாசல் காவலாளி.. கேட்டை ஒட்டியிருந்த சிறிய ரூமில் நுழைந்து.. இன்டர்காமில் பேசினான்..

"அப்படி யாரையும் தெரியாதுன்னு சொல்கிறாங்க.."

அவன் சங்கரைப் பார்த்த பார்வையில் மரியாதை குறைந்திருந்தது.. பூங்கொடியின் நினைவில் பல்லைக் கடித்துக் கொண்டு பொறுத்துக் கொண்டான் சங்கர்..

"யார் சொன்னது..?"

"பெரியம்மா.."

"பிரசன்னாவின் பெரியம்மா..?"

தன் பெரிய முதலாளியை பெயர் சொல்லி அழைக்கும் சங்கரைப் பார்த்த வாசல் காவலாளியின் பார்வையில் மீண்டும் மரியாதை வற்றியிருந்தது..

சங்கர் தன் செல்போனை எடுத்து பிரசன்னாவை அழைத்தான்..

"சொல்லு சங்கர்.. எப்படியிருக்கிற..?" என்றது மறுமுனை..

"நான் இப்போது உன் வீட்டு வாசலில் இருக்கிறேன்.." என்றான் சங்கர்..

"வாட்..? உள்ளே வருவதற்கென்ன..?"

"செக்யூரிட்டி விடவில்லை.."

மறுமுனை துண்டிக்கப்பட.. சங்கர் செல்போனை பாக்கெட்டில் விட்டுவிட்டு.. காவலாயியைப் பார்த்தான்.. அவன் கை பிசைந்தான்..

"நான் என்னங்கய்யா செய்யட்டும்..? பெரியம்மா உள்ளே விடக்கூடாதுன்னு சொல்லிட்டாங்களே.."

சங்கருக்கு அவன் நிலைமையைப் பார்க்கப் பரிதாபமாக இருந்தது..

இதைத்தான்.. 'உரலுக்கு ஒருபக்கம் இடியென்றால்.. மத்தளத்திற்கு இரண்டு பக்கமும் இடியென்று சொல்லுவாங்களோ..'

புயல் வேகத்தல் மெயின் கேட்டிற்கு வந்த பிரசன்னா.. வந்த வேகத்தில் காவலாளியை திட்ட ஆரம்பித்துவிட்டான்..

"யு டாமிட்.. வந்திருக்கிறது யாருன்னு தெரியுமா..? என் பூங்கொடியின் அண்ணன்.."

"என் பூங்கொடியின் அண்ணன்..?" அந்த வார்த்தையில் கண்கலங்கி விட்டான் சங்கர்..

கல்லுக்குள் ஈரம் இருப்பதை பூங்கொடியினால் கண்டு.. காதலிக்க முடிந்தது.. அவனால் ஏன் முடியவில்லை..?

"பிரசன்னா.." சங்கர் நாத்தழுதழுத்தான்..

"வாடா மச்சான்.." இரண்டு கைகளையும் விரித்து அவனை வரவேற்றான் பிரசன்னா..

"ஐயா.. பெரியம்மாதான் இவரை உள்ளே விட வேண்டாமுன்னு சொன்னாங்க.." காவலாளி பரிதாபமாகக் கூறினான்..

பிரசன்னாவின் முகம் மாறிவிட்டது..

"ஐ ஆம் ஸாரி சங்கர்.." என்றான் அவன்..

சங்கர் பதில் சொல்லாமல் லேசாகச் சிரித்தான்..

"யமுனாவும் மாளவிகாவும் வரவில்லையா..?" பிரசன்னா குனிந்து காருக்குள் பார்த்தான்..

"இல்லை பிரசன்னா.. நான் மட்டும்தான் வந்தேன்.." சங்கர் காருக்குள் ஏறப் போனான்..

"செக்யூரிட்டி ஓட்டிக் கொண்டு வரட்டும்.. நீ வா.. நாம் போகலாம்.."

பிரசன்னா வெகு பிரியத்துடன் சங்கரின் தோள்மேல் கை போட்டு உள்ளே அழைத்துச் செல்ல.. நீண்டு சென்ற அந்த நடைபாதையில் அவனுடன் இணைந்து நடக்கும் போது.. ஒரு நெருங்கிய நண்பனுடன்

நடந்து செல்லும் உணர்வை உணர்ந்தான் சங்கர்..

பிரசன்னாவிற்கு கேட்க ஆயிரம் கேள்விகள் இருந்தன.. யமுனா எப்படியிருக் கிறாள்..? மாளவிகா வளர்ந்து விட்டாளா..? என்ன படிக்-கிறாள்..? மேலே என்ன படிக்கப் போகிறாள்..? அவளுக்கு எதிலெதில் ஆர்வம் அதிகம்..? அவளையும்.. யமுனாவையும் பிரசன்னா பார்த்து வெகு நாள்களாகி விட்டதே.. ஒரு தடவை அவர்களை அழைத்துக் கொண்டு வந்திருக்கக் கூடாதா..? இபோதும் சங்கர் தனியாகத்தான் வந்-திருக்கிறான்..? அவர்களைக் கூட அழைத்துக் கொண்டு வர நினைக்க வில்லையே..? பூங்கொடி இருந்திருந்தால் அவன் இப்படிச் செய்திருப்-பானா..?

"வேண்டாம் பிரசன்னா.. இப்படி பாசத்தைக் கொட்டாதே.. நான் அதற்குத் தகுதியானவனல்ல.." சங்கர் குற்ற உணர்வுடன் தவித்தான்..

"உனக்கில்லாத தகுதி யாருக்கு இருக்கு..?" பிரசன்னா சங்கரின் தோளை இறுக்கிக் கொண்டான்..

"விட்டால்.. அந்த நாள்.. ஞாபகம்.. நெஞ்சிலே வந்ததேன்னு பாட்டு பாடுவீங்க போல.." என்ற கிண்டலான குரல் கேட்டதும்.. இருவரும் திரும்பிப் பார்த்தனர்..

ஆறுடி உயரத்தில்.. மாநிறத்தில்.. அளவான மீசையுடன்.. கம்பீர-மான அழகுடன்.. வசந்தன் நின்றிருந்தான்..

வளர்ந்து விட்ட சிறுவனாக இருந்தபோது சங்கர் அவனை பார்த்-ததுதான்.. இப்படி.. வாலிபமாகி.. ஆஜானுபாகுவான ஆண்மகனாக.. வாட்ட சாட்டமான சிங்கமாக.. அப்போதுதான் முதன் முதலாக அவனைப் பார்க்கிறான்..

"வசந்தா.." பாசத்துடன் அழைத்தபடி அவனை நோக்கி.. ஒரு எட்டு வைத்தான் சங்கர்..

"அப்படியே நிற்கச் சொல்லுங்க டாடி.. இந்த பாசம் காட்டுகின்ற பாசாங்கு வேலையையெல்லாம் அம்மாவோடு நிறுத்திக்கச் சொல்லுங்க.. என்கிட்ட அது வேண்டாம்.." என்று கடுமையான குரலில் சொன்னான் வசந்தன்..

"வசந்தா.. என்ன இது..? வந்திருக்கிறது.. உன் மாமா.."

"ம்ச்சு.. இதையெல்லாம் உங்களோடு நிறுத்திக்கங்க.. என்னவோ பிரண்ட்ஸைக் கொஞ்சு கிறதைப் போல.. இவரைக் கட்டிப் பிடித்துக் கொஞ்சு கிறீங்களே.. அந்த நாள் ஞாபகத்தை நண்பன் கிட்டத்தான்

சொல்லணும்.. எதிரிகிட்ட சொல்லக் கூடாது.."

"இப்படிப் பேசாதேடா.."

"பேசுவேன்.. பாட்டி இவரை உள்ளே வரவேண்டாம்ன்னு செக்யூரிட்டிகிட்ட சொன்னாங் களாமே.. நீங்க.. விழுந்தடிச்சுக்கிட்டு ஓடிப் போய் இவரை அழைச்சுக்கிட்டு வருகிறீங்களாமே.. இதெல்லாம் உங்களுக்குத் தேவைதானா..?"

"எனக்கு எது தேவை.. எது தேவையில்லைன்னு நான்தான் முடிவு பண்ணனும்.. நீயும்.. உன் பாட்டியும் முடிவு பண்ணக்கூடாது.."

"உங்களைத் திருத்தவே முடியாது டாடி.. காதலிக்கிறேன்னு சொல்லி கல்யாணம் பண்ணிக்கிட்டு.. வாழ்நாள் பூராவும் உங்களை வறுத்தெடுத்த பெண்டாட்டியிடம் இவ்வளவு பிரியத்தை நீங்க வைக்கக் கூடாது.."

"அவள் உன் அம்மாடா.."

"அதையாவது அவங்க நினைச்சுப் பார்த்தாங்களா..?"

"ஆயிரம்தான் இருந்தாலும்.. அவள் என் பெண்டாட்டி உனக்கு அம்மா.. இது இல்லைன்னு ஆகிப் போயிருமாடா..?"

"ஓஹ்ஹோ.. இதே டயலாக்கை ஒரு நாளைக்கு.. எத்தனை தடவைதான்.. நீங்க மாற்றி மாற்றிப் பேசுவீங்க டாடி.."

"எத்தனை தடவை நான் சொன்னாலும் நீ கேட்டுக் கொள்கிற ரகமில்லை.. நம்ம வாக்குவாதத்தை இன்னொரு நாள் வைத்துக்கலாம்.. இன்றைக்கு வேண்டாம்.."

"ஏன்.. இன்றைக்கு நாள் நன்றாக இல்லையா..?"

"உன் மாமா வந்திருக்கிறார்.."

"எனக்கு யாரும் மாமா முறையில் இல்லை.."

வசந்தன் வேகத்துடன் காரில் ஏறிப் பறந்து விட்டான்.. பிரசன்னா ஒரு பெருமூச்சுடன் தோளைக் குலுக்கினான்..

"நீ உள்ளே வா சங்கர்.."

ஹாலில் இருந்த ஆடம்பரமான சோபாவில் கால்மேல் கால் போட்டு அமர்ந்திருந்த அகிலாண்டம்.. சங்கரை உதாசீனமாகப் பார்த்தாள்.. 'வா..' என்று அழைக்கவில்லை..

"பெரியம்மா.. சங்கர் வந்திருக்கிறான்.." என்றான் பிரசன்னா..

"தெரியுது.."

"செக்யூரிட்டியிடம் மட்டும் ஏன் தெரியாதுன்னு சொன்னீங்க..?"

"அமைதியா இருக்கிற வீட்டில் கலகம் மூட்டி விடத்தான்.. இவன் வேலை மெனக்கெட்டு ஊட்டிக்கு வந்திருக்கிறானா..?"

அகிலாண்டாம் எகத்தாளமாக வினவ..

"இல்லை.." என்று அமைதியுடன் பதில் சொன்னான் சங்கர்..

"என் ஒரே மகள் மாளவிகாவிற்கு கல்யாணம்.. என் தங்கையின் குடும்பத்திற்கு பத்திரிகை வைத்துவிட்டுப் போக வந்திருக்கிறேன்.."

தயாராகக் கொண்டு போயிருந்த தட்டில்.. பட்டு வேட்டி.. சட்டை பட்டுப் புடவை.. பணம்.. பழம்.. பாக்கு வெற்றிலையோடு திருமண அழைப்பிதழை வைத்து பிரசன்னாவிடம் நீட்டினான் சங்கர்..

"குடும்பத்தோட வந்திருடா.."

அப்போதுதான் வீட்டுக்குள் வந்து கொண்டிருந்த வசந்தன் அந்தத் தட்டை ஆத்திரத்துடன் உறுத்துப் பாத்தான்..

23

"என்ன வசந்த்.. இப்போதுதான் வெளியே போன.. உடனே திரும்பி வந்துவிட்ட..?" பிரசன்னா ஆச்சரியமாக வினவினான்..

"முக்கியமான.. ஃபைலை விட்டுவிட்டுப் போய் விட்டேன்.." வசந்தனின் பார்வை பிரசன்னாவின் கையிலிருந்த தட்டின் மேல் படிந்தது..

"அது என்னப்பா.. கையில் தட்டை பிடிச்சிருக்கீங்க..?"

"மாளவிகாவுக்கு கல்யாணமாம் வசந்த்.."

"ஓஹோ.."

வசந்தன் முகம் இறுக வெளியேறி விட்டான்.. பிரசன்னாவின் கையிலிருந்த தட்டில் இருந்த புடவையை பார்த்த அகிலாண்டம்..

"நான் விலை கம்மியான இந்த மாதிரிப் புடவைகளை உடுத்தறதில்லை.." என்று அலட்சியமாகச் சொன்னாள்..

"நான் உங்களுக்குன்னு இந்தப் புடவையை வாங்கலை.."

"வேறு யாருக்குன்னு வாங்கின..?"

"என் தங்கை பூங்கொடிக்காக வாங்கினேன்.. என்னைப் பொறுத்தவரை அவள் இன்னும் உயிரோடுதான் இருக்கிறாள்.. இது என் தங்கையின் குடும்பம்.. அவளை விட்டுவிட்டு நான் எப்படி துணி எடுப்பேன்..?"

பிரசன்னாவின் கண்களில் நீர் கோர்த்தது.. அகிலாண்டம் வாயை மூடிக் கொண்டாள்..

"நான் கிளம்புகிறேன் பிரசன்னா.."

"நல்லாயிருக்குடா.. இப்போதுதான் வந்தாய்.. வந்தவுடனே கிளம்புகிறாயா.. அடிவாங்கப் போகிறாய்.. இன்றைக்கு இங்கே தங்கிவிட்டு.. காலையில் கிளம்பு.."

"கல்யாண வேலை இருக்குப்பா.."

"உன் தங்கையிருந்தால்.. நீ இப்படி.. வந்தவுடனேயே கிளம்புவாயா..?"

அந்த ஒரு வார்த்தையில் அடங்கிப் போனவனாக அமர்ந்து விட்டான் சங்கர்..

"வா.. உனக்கு ரூமைக் காட்டுகிறேன்.. குளித்து விட்டு ரெஸ்ட் எடு.."

பிரசன்னா அவனைப் பார்த்துப் பார்த்து உபசரித்தான்.. சங்கரின் தேவையறிந்து கவனித்துக் கொண்டான்.. அவன் தந்த முக்கியத்துவத்தில் அகிலாண்டம் அடங்கிப் போய் விட்டாள்..

இரவு உணவின்போது.. வசந்தனும் அவர்கள் கூட வந்து அமர்ந்தான்.. அகிலாண்டம் வசந்தனிடம் தாழ்ந்த குரலில் எதையோ சொல்லச் சொல்ல.. வசந்தனின் முகத்தில் கோபம் சிவப்பேறிக் கொண்டிருந்தது.. அதைக் கண்டு கொள்ளாமல் சங்கருடன் கலகலப்பாகப் பேசிக் கொண்டிருந்தான் பிரசன்னா..

"மாளவிகாவிற்கு மாப்பிள்ளையை பிடித்திருக்கா சங்கர்..?"

"மாப்பிள்ளைக்குத்தான் மாளவிகாவை அதிகமாய்ப் பிடித்திருக்கு.. அவர் பெண் கேட்டு வந்த பின்னால்.. மாளவிகா சரின்னு சொல்லி விட்டாள்.."

"அப்படியா..?"

"ஆமாம் பிரசன்னா.. மாப்பிள்ளை வேறு யாருமில்லை.. என் கம்பெனியின் எம்டிதான்.."

பிரசன்னாவிடம் உற்சாகமாக சங்கர் பேசிக் கொண்டிருந்தபோது..

"பார்த்தியாடா வசந்த்.. பெண்ணைக் காட்டி.. முதலாளியையே வளைச்சுப் போட்டுவிட்டாண்டா.. உன் அப்பன் அகப்பட்டதை போல எந்த ஏமாந்த சோணகிரியோ அகப்பட்டுட்டான் போல.." என்று தாழ்ந்த குரலில் வசந்தனிடம் முணுமுணுத்தாள் அகிலாண்டம்..

அவன் அகிலாண்டத்தை ஒரு மாதிரி பார்த்து வைத்தான்..

'ஏன் இவன் இப்படிப் பார்க்கிறான்..' என்று அந்த பார்வைக்குப் பொருள் புரியாமல் திகைத்தாள் அகிலாண்டம்..

"பரவாயில்லையே.. மாப்பிள்ளை உன் எம்டியா..? மாளவிகா லக்கி கேர்ள்தான்.."

"செம லக்கிப்பா.."

"உன் எம்டி பார்க்க எப்படியிருப்பார்..?"

"நம்ம வசந்தனைப் போல உயரமாய் இருப்பார்.. ஆனால் நிறம் நம்ம வசந்தனின் நிறமில்லை.. அவர் செக்கச் செவேல்ன்னு வடக்கத்தி ஆளைப்போல இருப்பார்.. சுண்டி விட்டால் ரத்தம் வரும் நிறம்."

வசந்தனின் முகம் சுண்டிப் போக..

"அப்பக் கட்டாயம் அந்த மாப்பிள்ளையின் மூஞ்சியை சுண்டிவிட வேண்டுமடா பேராண்டி.. ரத்தம் கொட்டும்ல்ல..." என்று வசந்தனிடம் முணுமுணுத்த அகிலாண்டம்... அவனது அக்கினி பார்வையை எதிர் கொண்டாள்..

'அடக் கடவுளே.. இவன் என்னத்துக்கு என்னை முறைக்கிறான்..'

எதற்கும் கொஞ்சநேரம்.. வாயை அடக்கி இருப்பது தான் உத்தமம் என்று.. அவளால் முடியாத காரியத்தை நினைத்துக் கொண்டாள் அகிலாண்டம்..

பிரசன்னாவோ.. சங்கரின் விஷாலைப் பற்றிய வர்ணனையை ரசித்துக் கேட்டுக் கொண்டிருந்தான்..

"அப்படியா சொல்றே..? மாப்பிள்ளை அத்தனை அழகா..?"

"ஆமாம் பிரசன்னா.. மாளவிகாவின் காலேஜ் பிரண்ட்ஸே அவரை சைட் அடிக்கணும்னு சொல்லி.. மாளவிகாவின் கல்யாண நிச்சயதார்த்தத்திற்கு வந்து குமிஞ்சாங்க தெரியுமா.."

"ஹா.. ஹா.."

"அவருக்கு மாளவிகாவின் மேல் கொள்ளைப் பிரியம்.."

"ஓ.."

"இப்பவே அவள் பெயரில் ஒரு கம்பெனியை ஆரம்பிக்க டிசைட் பண்ணி.. பேச்சுவார்த்தையை ஆரம்பித்து விட்டாருன்னாப் பாரேன்.."

"பரவாயில்லையே.. மாளவிகாவை நல்லா வைத்துக்குவாருன்னு சொல்லு.."

"உள்ளங்கையில் வைத்துத் தாங்குவார்.."

இதுவரை தன் சபதத்தை நினைத்து வாயை மூடிக் கொண்டிருந்த அகிலாண்டத்தால்.. அதற்கு மேல் தாங்க முடியவில்லை..

"ஏண்டா வசந்த் இவன் மகளை உள்ளங்கையில் வைத்துக்கணும்னா.. அவனோட உள்ளங்கை எவ்வளவு பெரிசா இருக்கும்.." என்று வசந்தனிடம் கிசுகிசுத்து வைத்தாள்..

இப்போது அவன் கொலை வெறியுடன் அவளை முறைத்து வைக்க அகிலாண்டம் திகிலடைந்து விட்டாள்..

"அடக்கடவுளே.. இவனுக்கு இன்னைக்கு என்னதான் ஆச்சு..?"

"கேட்கிற போதே மனதுக்கு நிறைவா இருக்கு சங்கர்.."

"எனக்கும்.. யமுனாவிற்கும் அப்படித்தான் பிரசன்னா.. ஒற்றைப் பெண்ணைப் பெற்றவங்களுக்கு வேறு என்ன வேண்டும்..? பொண்ணு கண்களில் ஒரு சொட்டு கண்ணீர் வராமல் போன இடத்தில் வாழ வேண்டும்.. அதுதானே நாங்க வேண்டிக்கிட்டது.? இப்ப எங்க பொண்ணு மகாராணியைப் போல.. வாழப் போகிறா.. கண்ணுக்கு அழகான புருஷன்.. கோடி கோடியாய்ச் சொத்து.. பெற்ற மகளைப் போல கவனித்துக் கொள்ளும் மாமியார்.. நான் கொடுத்து வைத்தவண்டா.."

"மாளவிகாவும் கொடுத்து வைத்தவள்தான்.."

"ஆமாம் பிரசன்னா, அவள் குழந்தை.. உலகில் நல்லது மட்டுமே இருக்கும்ன்னு நினைக்கிற வெள்ளை மனசுக்காரப் பெண்.. அவளுக்கு இப்படிப்பட்ட இடம் அமைந்ததில் எனக்கு மனசுக்கு நிறைவா இருக்கு பிரசன்னா.."

"உன் நல்ல மனசுக்கும்.. யமுனாவின் நல்ல மனசுக்கும் ஒரு குறையும் வராதுடா மச்சான்.."

பிரசன்னா நெகிழ்ந்து போய்விட்ட சங்கரின் கையை ஆதரவாகத் தட்டினான்..

அன்று இரவு தூங்கிக் கொண்டிருந்தபோது.. நடு இரவில் சங்கருக்கு விழிப்பு வந்து விட்டது.. நா உலர்ந்து போயிருப்பதை உணர்ந்தவனாக.. படுக்கைக்கு அருகிலிருந்த ஜக்கிலிருந்த தண்ணீரை தம்ளரில் சரித்தான்.. தண்ணீர் இல்லை.. எழுந்து அறையை விட்டு வெளியே வந்தான்.. மாடிப் படிகளில் இறங்கினான்.. அப்போதுதான் அந்தக் காட்சியைக் கண்டான்..

ஹாலின் நடு மையத்தில் பெரிது பண்ணி மாட்டி வைக்கப்பட்டிருந்த பூங்கொடியின் புகைப்படத்தின் முன்னால் நின்று அந்தப் படத்தையே வெறித்துப் பார்த்துக் கொண்டிருந்தான் வசந்தன்..

'இந்த நடுராத்திரியில்.. ஊட்டி குளிரில்.. ரூமில் கம்பளியை போர்த்திக் கொண்டு தூங்காமல் இவன் இங்கே என்ன செய்து கொண்டிருக்கிறான்..'

"வசந்தா.."

சங்கர் தயக்கத்துடன் அழைத்தான்.. சட்டென்று திரும்பிய வசந்தனின் கண்கள் இரண்டும் தீப் பிழம்புகளாய் இருக்க.. சங்கர் அதிர்ந்து

போனான்..

வசந்தனின் பார்வையில் கோபம் இருந்தது.. வன்மம் இருந்தது.. குரூரம் இருந்தது.. இத்தனையையும் தாண்டிய ஏதோ ஒன்றும் அவனி-டம் சேர்ந்து இருப்பதை உணர்ந்தவனாய் அசையாமல் நின்று விட்டான் சங்கர்..

வசந்தன் சங்கரை முறைத்தபடி மாடியேறிச் சென்று விட.. தண்ணீ-ரைக் குடித்துவிட்டு.. அறைக்குத் திரும்பி படுத்துக் கொண்ட சங்கருக்கு வெகுநேரத்திற்கு தூக்கம் வரவில்லை..

24

மாளவிகா.. கண்ணாடியில் தன்னை ஒருதரம் பார்த்துக் கொண்டாள்.. அழகான மெரூன் வண்ணத்தில்.. மெஜந்தா கலர் பார்டரில் இருந்த அந்தப் பட்டு புடவையில் அவள் தேவதையைப் போல இருந்தாள்.. மெஜந்தா கலரில் அழகாக வெட்டி.. கைகளிலும்.. கழுத்து வளைவி-னிலும் வேலைப் பாடுகள் செய்யப்பட்ட ஜாக்கெட்.. அவளது அழகை அதிகப்படுத்திக் காட்டியது..

நெற்றியில் பூவேலைப்பாடு செய்த.. நெற்றிச்சுட்டி.. காதில் வைரத் தொங்கட்டான்கள்.. தலைப் பின்னலைச் சுற்றி.. வளைவாக.. வைக்கப்-பட்டிருந்த.. மல்லிகை மொட்டுச் சரம்.. பின்னலின் மையத்தில்.. வரி-சையாக வைத்துத் தைக்கப்பட்டிருந்த முத்துக்கள் பதிக்கப்பட்ட.. பட்டுப் பூச்சரம்..

'இன்னும் கொஞ்ச நேரம்தான்.. பெண்ணழைக்க வந்து விடுவாங்க..'

திருமணப் பெண்ணுக்கே உரிய கிளர்ச்சி அவள் மனதில் எழுந்த நேரத்தில்.. அவளது செல்போன் ஒலித்தது..

எடுத்து நம்பரைப் பார்த்தாள்.. விஷால் அழைத்துக் கொண்டிருந்-தான்..

அவளுடைய இதழ்களில் ரகசியப் புன்னகை மலர்ந்தது..

"ஹலோ.." என்றாள்..

"ஏன்.. இது நான்தான்னு உனக்குத் தெரியாதா..?"

"நான்தான்னா யார்..? தெரியவில்லையே.."

"இந்தக் கேள்வியை.. நாளைக்கு இந்நேரம் கேட்க உன்னால் முடி-யுமா..?"

அவனது கெட்டிக்காரத்தனமான கேள்வியை அவள் ரசித்தாள்..

"ஏன் கேட்க முடியாது..?"

"கேட்டுப்பார்.."

"கேட்டால் என்ன செய்வீங்க..?"

"அதைச் சொல்ல முடியாது.. செய்து காட்டுகிறேன்.."

மறுமுனையில் உல்லாசமாக விஷால் சிரிக்க.. அவனுடைய சிரித்த முகம் மாளவிகாவின் மனதில் தோன்றியது..

'என்ன செய்வான்..?'

நினைக்கும்போதே மனம் இனிக்க முகம் சிவந்தாள் மாளவிகா..

"என்ன.. பேச்சையே காணோம்.. பயமா..?"

"பயமா..? எனக்கா..? ஹா.."

"அதுதானே.. யார்.. நீ..?"

"என்ன இது..? போனவாரம் டிவியில் நான் பார்த்த பிளாக் அன்ட் வொயிட் படத்தின் பெயரைச் சொல்றீங்க.."

"ஹா.. ஹா.."

"எதுக்கு இப்படிச் சிரித்துப் பயமுறுத்துகிறீங்க.."

"இப்பத்தான் யாரோ.. பயமா.. எனக்கா.. ஹா.. ன்னு சொன்னதாக ஞாபகம்.."

"அதுக்காக பயமுறுத்திப் பார்த்தீங்களாக்கும்.."

"நீ ரொம்பத்தான் பயந்தவள்.."

"என் பயத்தைப் பற்றிக் கேட்கத்தான் போன் பண்ணீங்களா..?"

"ஊஹூம்.. ஐ ஆம் வெயிட்டிங் ஃபார் யு.. இன்னும் ஏன் நீ வரவில்லை..?"

"எங்கே..?"

"வேறு எங்கே..? எல்லாம் கல்யாண மண்டபத்திற் குத்தான்.."

"அதுசரி.. நானாக் கிளம்பி ஓடிவந்து விட முடியுமா..?"

"இன்ட்ரெஸ்டிங்.. நாம இரண்டு பேரும் ஓடிப் போய் விடலாமா..? இது கூட நல்லாயிருக்கே.."

"ஓடிப் போய் என்ன செய்வது..?"

"மேரேஜ் பண்ணிக் கொள்வது.."

"அதை ஓடிப் போகாமலே.. நாளைக்கு காலையில் கல்யாண மண்டபத்தில் செய்து கொள்ளலாமே.."

"அப்படிங்கிற.?"

"அப்படித்தான் சொல்கிறேன்.."

"அப்போ சரி.. காலாகாலத்தில் கிளம்பி வந்து சேரு.."

"நீங்களும் சீக்கிரமாய் காரை அனுப்பி வையுங்க.."

"அதை அனுப்பி.. ஒரு மணி நேரத்துக்கு மேலேயே ஆச்சு.."

"இன்னும் கார் வரலையே.."

"டிராப்பிக்கில் தேங்கியிருக்கும்.. நான் ஒரு தப்பு செய்து விட்டேன்.."

"பார்த்தீங்களா.. உங்களை ஜென்டில்மேன்னு நினைத்தேனே.."

"அந்த நினைப்புக்கு என்ன குறை..?"

"தப்பு பண்ணிட்டேன் மாளவிகா.. என்னை மன்னிச்சிருன்னு சொல்கிறீங்களே.."

"இரு.. இரு.. தப்பு பண்ணிட்டேன்னுதானே சொன்னேன்.. மன்னிச்சிருன்னு எப்போ சொன்னேன்..?"

"அதையும் சொல்லணுமா..?"

"வாட் ஹேப்பன்..?"

"யார் அந்தப் பெண்..?"

"எந்தப் பெண்ணைப் பற்றிக் கேட்கிற..?"

"அவள்தான்.. உங்க கா...த..லி.."

"மெல்ல.. பல் சுளுக்கிக்கப் போகுது.."

"அது என் பல்.. சுளுக்கினால் சுளுக்கிக்கட்டும்.."

"இனி உன்னுடையதெல்லாம்.. என்னுடையது.. நினைவிருக்கட்டும்.."

"இன்னும் நமக்கு மேரேஜ் ஆகவில்லை.. அதுவும் உங்களுக்கு நினைவிருக்கட்டும்.."

"ஊஹூம்..? என்னுடைய காதலின்னு ஒரு குண்டைத் தூக்கிப் போடுகிறாயே.. அப்படி ஒருத்தி இருக்கிறாள்ன்னு உனக்கு யார் சொன்னது..?"

"வேறு யார் சொன்னதாம்.. நீங்கதான் சொன்னீங்க.."

"எப்போச் சொன்னேன்..?"

"இப்போது தான்.."

"என்ன சொன்னேன்..?"

"நான் ஒரு தப்புப் பண்ணிட்டேன்னு சொல்லலையா..?"

"புத்திசாலி..?"

"யாரைச் சொல்கிறீங்க..?"

"உனக்கே.. அந்தச் சந்தேகம் வந்து விட்டது பார்த்தாயா..? நான் என்ன சொன்னேன்.. நீ எதை அர்த்தப் படுத்துகிற..?"

"என்ன சொன்னீங்களாம்..?"

"பெண்ணழைக்க காரை அனுப்பியிருக்கக் கூடாது.. ஹெலிஹாப்டரை அனுப்பியிருக்கணும்னு நினைத்துச் சொன்னேன்.."

"ஏன்..?"

"அதுதானே டிராபிக்கில் மாட்டாது.."

மாளவிகா கலகலவென்று சிரித்த போது.. அறைக் கதவு தட்டப்பட..

"ஸ்ஸ்.. உங்க கார் வந்துவிட்டது போல.. என்னைத் தேடி ஆள் வந்து விட்டாங்க.." என்றாள் மாளவிகா..

"நீயும் என்னைத் தேடி.. சீக்கிரமாக வந்து சேரு.."

"ஓகே.. அப்புறமாய்ப் பேசலாம்.."

"இப்ப.. அதையும் இப்பவே சொல்லு.."

"சொல்லவா..?"

"சொல்லு.. சொல்லு.."

"சொல்லி விடுவேன்.."

"இப்ப சொல்லப் போகிறாயா இல்லையா..?"

"நாளைக்கு காலையில் நீங்க என் கழுத்தில் தாலியைக் கட்டின பின்னால் பேசலாம்.."

மாளவிகா சிரிப்புடன் போனை அணைத்துவிட்டு.. அறைக் கதவை திறந்தாள்..

யமுனா அறைக்குள் வந்தாள்.. மகளின் அலங்காரத்தை ஆசையுடன் பார்த்தவள்.. நெகிழ்ச்சியுடன் அவளது கன்னம் வழித்து திருஷ்டி கழித்தாள்..

"என் கண்ணே பட்டுவிடும் போல் இருக்கு.."

"அதுக்காக.. என் கூடவே ஒட்டிக்கிட்டு நிற்காதேம்மா.."

"ஏண்டி..?"

"கல்யாணப் பெண்ணைவிட.. கல்யாண பெண்ணின் அக்கா அழகுன்னு சொல்லி.. உன்னை யாராவது பெண் கேட்டுவிடப் போகிறாங்க.. அப்புறம் அப்பா பாடு திண்டாட்டமாகிடும்.."

"உன்னை...?"

மாளவிகாவின் முதுகில் செல்லமாக ஒரு அடி வைத்தாள் யமுனா..

திருமண மண்டபத்தின்... முன்னால் நின்று கொண்டிருந்த விஷாலைத் தேடி வந்த பொற்கொடியின் முகம் வாடியிருந்தது..

"என்ன மம்மி..?"

"உன் அத்தை கோவமாய் கத்திக்கிட்டு இருக்கிறாள் விஷால்.."

"கோயமுத்தூர்காரங்கதானே.. கோபம் அதிகமாக வரத்தான் செய்யும்..? இப்ப எதுக்கு கோபப் படுகிறாங் களாம்..?"

"அவங்க பெண் இருக்கும்போது நாம வெளியே பெண் எடுக்கிறோமாம்.."

"குளோஸ் ரிலேசனில் மேரேஜ் பண்ணிக்கக் கூடாது மம்மி.. சைன்டிபிக்கா அது தப்பு.. அதைச் சொல்ல வேண்டியதுதானே.. அதோடு அத்தைக்கு ஏது பெண்..? அவங்களுக்கு இரண்டு மகன்கள் தானே.."

"அவங்க பெரியம்மா மகளுடைய பெண்ணாம்டா.."

"சுற்றி வளைத்த சொந்தமா..?"

"சுற்றி வளைத்தாலும்.. உன் அப்பாவின் சொந்தம்.."

இதைச் சொன்ன பொற்கொடியின் மனதிலிருந்த மனத்தாங்கல் அவளது வார்த்தைகளில் அவளையறியாமல் வெளிப்பட்டுவிட்டது..

25

விஷால் தாயைக் கூர்ந்து பார்த்தான்..

"வாட் இஸ் திஸ்.. மம்மி..?"

"எதைக் கேட்கிறாய்..?"

"விடிந்தால் கல்யாணம்.. உங்க முகத்தில் ஹேப்பியில்லை.."

"ஆண்ட்டி.." என்று அழைத்தபடி.. அழகிய இளம் பெண் ஒருத்தி அங்கே வந்தாள்..

சொடுக்குப் போடும் நேரத்தில் பொற்கொடியின் முகம் மலர்ந்து விட்ட விந்தையைக் கண்டு வியந்து போனான் விஷால்..

"என்ன மேகா..?" என்று அன்பு கொட்டும் குரலில் கேட்டாள் பொற்கொடி..

"எங்கேஜ்மென்ட் முடிந்து விட்டதா.. இல்லை யான்னு அம்மா கேட்-டுவிட்டு வரச் சொன்னாங்க.."

"நிச்சயதார்த்தம் முடிஞ்சிருச்சும்மா.." பொற்கொடி குற்ற உணர்வுடன் கூடிய குரலில் அதைச் சொன்னாள்..

"ஓகே ஆண்ட்டி.... அம்மாவிடம் சொல்லி விடுகிறேன்.."

மேகா சிட்டாகப் பறந்து விட்டாள்.. அவள் போவதையே பார்த்துக் கொண்டிருந்த பொற்கொடி.. பெருமூச்சுடன் திரும்பினாள்..

"என்ன சொல்லிக் கொண்டிருந்தாய்..?"

"வாட் இஸ் தி மேட்டர் மம்மி.."

"எதைக் கேட்கிறாய்..?"

"அது ஏன்.. அந்தப் பெண்ணை அப்படிப் பார்க்கிறீங்க..?"

"இவள்தான்.. உன் அத்தை சொன்ன பெண்.."

"அதாவது.. அவங்க.. பெரியம்மா மகளின் மகள்.. ஆம் ஐ கரெக்ட்..?"

"யெஸ்.. யு ஆர் கரெக்ட்.."

"இப்போ அந்தப் பெண்ணுக்கு என்ன..?"

"கோயம்புத்தூரில் இரண்டு மில் இருக்கு.. பொள்ளாச்சி பக்கத்தில் வாழைத்தோப்பும்.. பண்ணை வீடும் இருக்கு.."

"அதைப் பற்றி நமக்கென்ன..?"

"அதுக்கெல்லாம்.. இந்தப் பெண் ஒருத்திதான் வாரிசு.."

"மம்மி.."

"உனக்கு இந்தப் பெண்ணைக் கொடுக்கணும்னு அவங்க தவமாய்த் தவமிருக்கிறாங்க.."

"இருந்தாங்கன்னு சொல்லுங்க.. என் மேரேஜ் கல்யாண மண்டபம் வரைக்கும் வந்தாச்சு.. இப்பவும் மத்த பேச்சை பேசக் கூடாது.. ஐ டோண்ட் லைக் இட்.."

"ம்ம்.. அழகான பெண்.."

"மாளவிகாவும் அழகுதான்.."

விஷால் அந்தப் பேச்சை அத்துடன் நிறுத்திவிட.. பொற்கொடி மண்டபத்திற்குள் போகத் திரும்பினாள்.

அதற்குள் அந்த மேகா.. ஓட்டமும் நடையுமாக அவர்களைத் தேடி வந்தாள்..

"என்ன மேகா.."

"எங்கேஜ்மென்ட் முடிந்துவிட்டாலும்.. நலங்கு வைக்க வேண்டு-மாமே.."

"ஆமாம்.."

"அதற்கு மேடையில் பெரிய குத்துவிளக்குகளை வைக்கணுமாம் ஆன்ட்டி.. அம்மா சொன்னாங்க.."

மேகா பேசியது என்னவோ பொற்கொடியிடம்தான்.. ஆனால் அவளது பார்வை விஷாலை வட்டமிட்டுக் கொண்டிருந்தது..

விஷால் சங்கடப் பட்டான்..

'இந்தப் பெண் ஏன்.. இப்படிப் பார்த்து வைக்கிறது..?'

"அப்படியா.. இதோ வருகிறேன்.. விஷால் இது மேகா.. உன் அத்தை மகள்.."

அதற்காகவே காத்திருந்ததைப் போல மேகா.. விஷாலை ஆவலு-டன் பார்க்கவும்.. வேறு வழியின்றி..

"ஹாய்.." என்றான் விஷால்..

"ஹாய்.." அந்த மேகாவின் முகத்தில் வானவில்லை வளைத்து விட்ட மலர்ச்சி தெரிந்தது..

செல்போன் ஒலிக்கவும் விஷால் அதை எடுத்து காதில் வைத்துக் கொண்டு.. அந்த இடத்தை விட்டு அகன்று விட்டான்..

ஏமாற்றம் அப்பிய முகத்துடன் மேகா அவனைத் திரும்பித் திரும்பிப் பார்த்தபடி பொற்கொடியுடன் போய் விட்டாள்..

விஷாலுக்கு லேசான தலைவலி தோன்றிவிட்டது.. நல்லவேளை-யாக.. அவனை அதிலிருந்து விடுவிக்க வந்தவளைப் போல மாளவிகா காரில் வந்து இறங்கி விட்டாள்.

வீடியோவின் ஒளி வெள்ளத்தில்.. தேவதையைப் போல ஒளிர்ந்தபடி நின்றிருந்தவளுக்கு ஆரத்தி எடுத்து உள்ளே அழைத்துக் கொண்டு சென்றதைப் பார்த்தபடி.. அவன் மண்டபத்திற்குள் சென்றான்..

மணப்பெண்ணின் அறைக்குள் நுழைவதற்கு முன்னால் மாளவிகா ஒருமுறை அவனைத் திரும்பிப் பார்த்து விட்டுச் சென்றாள்..

விஷாலின் முகத்தில் புன்னகை மலர்ந்தது.. அவனுக்கான அவளு-டைய பிரத்யேக பார்வையை ரசித்தபடி.. அவன் வந்திருந்த உறவினர்-களிடம் பேசிக் கொண்டிருந்தான்..

மேடைக்கு மாளவிகா அழைத்துக் கொண்டு வரப்பட.. நலங்கு ஆரம்பமாகியது.. சந்தனம் பூசப்பட்ட கன்னத்துடன் இருந்த மாளவிகா-வைப் பார்க்க அழகாக இருந்தது..

விஷால் முன் வரிசையில் அமர்ந்து அவளைப் பார்க்க ஆரம்பிக்க.. மாளவிகாவின் பார்வை.. அவன் மேல் படிந்தது.. படிந்து விலகியது..

இரவு வெகுநேரம் கழித்து தூங்க ஆரம்பித்த மாளவிகாவை அதி-காலையில் யமுனா எழுப்பினாள்..

"அம்மா.. இது அநியாயம்.." மாளவிகா.. தலையணையில் முகம் புதைத்துக் கொண்டு சிணுங்கினாள்..

"எதுடி அநியாயம்..?" யமுனா ஆச்சரியத்துடன் வினவினாள்..

"இப்பத்தான் படுத்தேன்.. அதுக்குள்ள எழுப்பறயே.."

"கும்பகர்ணி.. நீ தூக்கம் போடத்தான் இங்கு வந்தாயா..?"

"விடிந்தால் கல்யாணம்.. விடிந்தால் கல்யாணமுன்னு சொல்லிட்டு.. இப்படி விடிகிறதுக்குள் எழுப்பலாமா..?"

"தூங்கி எழுந்த முகத்துடன் கண்ணை கசக்கிக் கிட்டு.. அப்படியே நீ மணமேடைக்குப் போய் உட்காருவாயா..?"

"வேற என்ன செய்யணும்கிற.."

"குளித்து.. புதுப்புடவை கட்டி.. அலங்காரம் பண்ணிக்கணும்.."

மாளவிகா ஒரு வழியாக எழுந்து காபியைக் குடித்து விட்டு.. குளிக்கலானாள்.. யமுனா அவளுக்கான புடவையையும் நகைகளையும் எடுத்துச் சரிபார்த்து வெளியில் வைத்தாள்..

மாளவிகா குளித்துவிட்டு உடை மாற்றிக் கொள்ளவும்.. பியூட்டி பார்லரிலிருந்து அவளை அழகு படுத்த பெண்கள் வந்து சேர்வதற்கும் சரியாக இருக்க.. அடுத்த ஒரு மணி நேரத்தில் மாளவிகா தயாராகி விட்டாள்..

சங்கர் வந்திருந்தவர்களை வரவேற்றுக் கொண்டிருந் தான்.. அவன் கண்கள்.. பிரசன்னா வருகிறானா என்று வாசல் பக்கம் பார்த்துக் கொண்டிருந்தன..

'ஏன்.. இன்னும் அவன் வரலை..?'

ஆயிரம் சொந்தங்கள் வந்தாலும்.. அவனுக்கென்று இருக்கும் சொந்தம்.. பிரசன்னா மட்டும்தானே..

சங்கர் மனதிற்குள் ஏக்கமாக உணர்ந்தவன்... உறவினர்களையும்.. நண்பர்களையும்.. டைனிங் ஹாலுக்கு அனுப்பிக் கொண்டிருந்தவனின் தோள் மேல் ஒரு கை விழுந்தது.. திரும்பிப் பார்த்தான்.. பிரசன்னா நின்றிருந்தான்..

"சங்கர்.."

"ஏன் லேட் பிரசன்னா..?"

சங்கர் மனதின் ஏக்கம் மறைந்தவனாக.. பிரசன்னாவின் கையைப் பிடித்துக் கொண்டான்..

"வசந்தனும் வரேன்னு சொன்னான்.. அவன் கிளம்பி வர லேட்டாகி விட்டது.."

அப்போதுதான் பிரசன்னாவின் முதுகிற்கு பின்னால் நின்று கொண்டிருந்த வசந்தனைப் பார்த்தான் சங்கர்..

"வா.. வசந்த்.." முகமலர்ச்சியுடன் வரவேற்றான்..

அவன் பதிலுக்கு.. 'ம்..' என்று கூடச் சொல்ல வில்லை.. ஏமாற்றத்துடன் பிரசன்னாவைப் பார்த்தவன்.

"சாப்பிடலாம் வாங்க.." என்று அழைத்தான்..

"நாங்க சாப்பிட்டு விட்டுத்தான் வந்தோம் சங்கர்.." பிரசன்னா குற்ற உணர்வுடன் கூறினான்..

"கல்யாண வீட்டுக்குச் சாப்பிட்டுவிட்டு வந்தீங்களா..?"

பிரசன்னாவின் முகத்தைப் பார்த்தான் சங்கர்.. அவன் சங்கடத்துடன் வசந்தனைப் பார்க்கவும் புரிந்து கொண்டான்..

'அவங்க வீட்டில் கை நனைக்கக் கூடாதுன்னு சொல்லியிருப்பான்..'

பூங்கொடியின் மகனுக்கு தான் விரோதியாகி விட்டோமே.. என்ற வருத்ததுடன் சங்கர்.. அவர்களை முன் வரிசையில் அமர வைத்தான்..

மணமேடைக்கு மணமக்கள் வந்துவிட்டனர்... மேடையில் சங்கரும்.. யமுனாவும் இருக்க.. மணமகளின் தாய்... தந்தையரின் ஸ்தாபனத்தில்... விஷாலின் பெரியப்பாவும்.. பெரியம்மாவும் இருந்தார்கள்.. முறைப்படி செய்ய வேண்டிய சடங்குகளை அவர்கள் செய்து கொண்டிந்தபோது.. தாலியை தட்டில் வைத்து.. சபையில் அமர்ந்திருந்தவர்களின் ஆசீர்வா-தத்திற்காக எடுத்துக் கொண்டு.. பொற்கொடியின் உறவுக்காரப் பெண் சென்றாள்..

"என்ன இது.. ஏன் இப்படிச் செய்கிறீங்க..?"

அந்தப் பெண் போட்ட கூச்சலில் அனைவரும் திரும்பிப் பார்க்க.. சங்கர் அதிர்ந்து போய் மேடையில் எழுந்து நின்றான்..

தட்டில் இருந்த தாலி.. வசந்தனின் கையில் இருந்தது..

26

"வசந்த்.." பிரசன்னா பதறி எழுந்தான்..

அவன் முகத்தில் படபடப்புத் தெரிந்தது... இப்படியொரு காரியத்தை வசந்தன் செய்யக்கூடும் என்று அவன் நினைத்துக் கூடப் பார்க்கவில்லை என்ற உண்மை அவன் முகத்தில் அப்பட்டமாகப் பிரதிபலித்தது..

"என்ன காரியம் செய்கிறாய் வசந்த்.. தாலியை அவங்ககிட்டக் கொடு.."

"நோ... டாட்.."

"ஆர் யு மேட்..?"

"ஐ ஆம் ஆல்ரைட்.."

"ஸோ.. நீ இந்தத் திட்டத்தோடதான் என்னோடு கிளம்பி வந்தாயா..? என்னடா.. என்னைக்கும் இல்லாத திருநாளாய் உனக்கும்.. உன் மாமனின் மகள் கல்யாணத்துக்கு வரனும்னு தோனியிருக்கேன்னு நான் சந்தோசப்பட்டுப் போனேன்.. கடைசியாய்.. உன் மனதில் வேறு இருந்திருக்கிறது.."

"யெஸ்.."

"இது உன் அம்மாவின்.. அண்ணன் மகள் கல்யாணம்டா.. உன் அம்மாவின் மேல் உனக்கு உண்மையான பிரியம் இருந்தால்.. இந்தத் தாலியை அவங்களிடம் கொடுத்துவிடு.."

"எனக்கு அம்மாவின் மேல் பிரியம் இருக்கா.. இல்லையாங்கிறதை அப்புறமாய் யோசிக்கலாம்.. உங்களுக்கு அம்மாவின் மேல் பிரியம் இருக்குதானே..?"

"வசந்த்.."

"அம்மாவின்மேல் ஆணையாகச் சொல்கிறேன்.. இது எனக்கும்.. என் மாமனுக்கும் இருக்கிற பிரச்னை.. இதில் நீங்க தலை கொடுக்கா-தீங்க.."

"சங்கர்.. என்னடா இது..? இவன் என்னென்னவோ சொல்கிறா-னேடா.. சக்தியமாய்.. இவன் நடந்துக்கிறதுக்கும் எனக்கும் எந்தவிதச் சம்பந்தமும் இல்லையடா மச்சான்.."

பிரசன்னா பதற.. விஷால்.. செல்போனை எடுத்துப் பேசப் போனான்..

"யாருக்குப் போன் பண்ணப் போறீங்க..?" என்று அழுத்தமான குர-லில் கேட்டான் சங்கர்..

"போலீஸுக்கு.." அதே தொனியில் பதில் சொன்னான் விஷால்..

"வேண்டாம்.."

"இங்கே என்ன நடக்குதுன்னு பார்த்துக்கிட்டுத்தானே இருக்க-றீங்க..?"

"அவன் என்ன சொன்னான்னு நீங்களும் கேட்டுக் கிட்டுத்தானே இருந்தீங்க..? இது அவனுக்கும்.. எனக்கும் இடையில் நடக்கும் பிரச்-னைன்னு சொல்கிறான்..

இதில் அவனுடைய அப்பாவே தலை கொடுக்கக் கூடாதுங்கி-றப்போ.. நீங்க எப்படி தலையிடலாம்..?"

"பட்.. இது என்னுடைய கல்யாணம்.."

"அவன் என் தங்கையின் மகன்.."

"என்னைவிட அவன் உங்களுக்கு முக்கியமா..?"

"என்னை விடவே.. எனக்கு அவன் முக்கியம்.."

"நான் உங்கள் மகளைக் கல்யாணம் பண்ணிக் கொள்ளப் போகும் மாப்பிள்ளை.."

"கல்யாணம் முடிந்து.. நீங்க என் மாப்பிள்ளையாகவே ஆகியிருந்-தாலும்.. நான் இதைத்தான் சொல்லுவேன்.. இந்த உலகத்தில் எனக்கு எதுவும்.. யாரும்.. முக்கிய மில்லை.. என் தங்கை பூங்கொடியின் மகன் மட்டும்தான் முக்கியம்.."

விஷாலின் முகம் இறுகிப் போனது.. பொற்கொடியின் முகம் கடு-மையானது.. அவர்களைச் சேர்ந்த உறவினர்கள் ரௌத்திரம் அடைந்-தார்கள்..

மகளின் வாழ்க்கை கேள்விக் குறியாய்ப் போவதை அறிந்தும்.. அதை தடுக்கும் வகை தெரியாமல் யமுனா மௌனக் கண்ணீரை விட ஆரம்பித்தாள்..

மாளவிகாவிற்குள் இருந்த விளையாட்டுப் பெண் மறைந்துவிட.. அவள் சங்கரின் மகளாக மாறி.. தலை நிமிர்ந்து வசந்தனைப் பார்த்தாள்..

ஏழு வயது வரை.. அவள் அடிக்கடி பார்த்த வசந்தன்.. இப்போது கடுமையே வடிவாக.. ஆத்திரத்துடன்.. அக்கினிப் பிழம்பாக அந்தக் கல்யாண மண்டபத்தில் நின்று கொண்டிருந்தான்..

"மாளவிகா.. உன் அப்பா பேசுவது சரியில்லை.." விஷால் கடுகடுத்தான்..

"அவர் வாழ்க்கையில் நிறைய விசயங்கள் சரியில்லாமல் நடக்கின்றன.." அவள் வேதனையோடு கூறினாள்..

"அதை நம் கல்யாணம் வரைக்கும் கொண்டு வருவதா..?"

"அவர் கொண்டு வரவில்லை.. அது தானாக வந்திருக்கிறது.."

"விரட்டிவிட வேண்டியதுதானே..?"

"அவரால் அது முடியாது.."

"என்னையாவது விரட்ட விட வேண்டியதுதானே.."

"அதை அவர் அனுமதிக்க மாட்டார்.."

"இதற்கு என்னதான் வழி..?"

"தெரியவில்லை.."

"நீயும்.. உன் அப்பாவை சப்போர்ட் பண்ணிப் பேசுகிறாய்.."

"நான் அவருடைய மகள்.."

விஷால் பல்லைக் கடித்தான்.. வந்திருக்கிற பெரிய மனிதர்கள்.. தன் கையாலாகாத கோபத்தை வேடிக்கை பார்ப்பதைப் போல அவன் உணர்ந்தான்..

சங்கர் மேடையை விட்டு இறங்கி.. வசந்தனின் அருகே போக.. பிரசன்னா அவன் கையைப் பிடித்துக் கொண்டு மன்னிப்புக்கேட்க ஆரம்பித்தான்.. அவன் கையை ஆதரவாகத் தட்டிக் கொடுத்த சங்கர்.. வசந்தனை ஏறிட்டுப் பார்த்தான்..

'முதன் முதலாக.. இவன்.. என்னை இவன் வாயால் மாமன் என்று அழைத்திருக்கிறான்..' அவன் கண்கள் பரவசத்தில் பனித்தன..

"சொல்லுங்க வசந்தன்.. எனக்கும் உங்களுக்கும் இடையில் இருக்கும் பிரச்னையில் யாரும் தலை கொடுக்க மாட்டாங்க.. இப்போ சொல்லுங்க.. ஏன்.. தாலியை எடுத்துக்கிட்டு கொடுக்க மாட்டேன்னு சொல்கிறீங்க.."

"இதைத் தாராளமாய் நான் கொடுக்கிறேன்.. பட்.. ஒன் கண்டிஷன்.."

"என்ன கண்டிஷன்..?"

"இந்தத் தாலியை.. விஷால் யார் கழுத்தில் வேண்டுமானாலும் கட்டட்டும்.. மாளவிகாவின் கழுத்தில் மட்டும் கட்டக் கூடாது.."

அந்தத் திருமண மண்டபத்தில் இருந்த அனைவரும் அதிர்ந்து போய் விட்டார்கள்.. விஷால் கொந்தளிக்க ஆரம்பித்தான்.. யமுனா வேதனையுடன் கண்களை மூடிக் கொண்டாள்.. மாளவிகா.. அந்த நிகழ்வுகளின் பாதிப்புகளில் இருந்து தப்பிக்க.. தன்னை மூன்றாம் மனுஷி போல நினைத்துக் கொண்டு.. நடப்பனவற்றைப் பார்வையிடும் மனநிலைக்குத் தயாரானாள்.. பிரசன்னாவின் முகம் பயங்கரமாக மாறியது..

இவர்கள் அத்தனை பேரிலும்.. நிதானமாக இருந்தது.. சங்கரும் வசந்தனும் மட்டும்தான்..

சதுரங்க ஆட்டத்தின் இரு பக்கத்திலும் அமர்ந் திருப்பவர்களின் முகத்தில் தெரியும்.. கணக்கீடும்.. நிதானமும்.. அவர்கள் முகத்தில் தெரிந்தது..

"ஏன்..?" சங்கரிடமிருந்து கேள்வி பிறந்தது..

"மாளவிகாவின் கழுத்தில் என்னைத்தவிர வேறு ஒருவனும் தாலி கட்ட முடியாது.. நான் அதற்கு விடமாட்டேன்.."

அந்த வார்த்தைகளைக் கேட்டதும்.. யமுனா.. வாய்விட்டு அழ ஆரம்பித்துவிட்டாள்.. சங்கர் அப்போதும் நிதானமாகவே இருந்தான்..

"அவ்வளவு காதலா..?"

"அவ்வளவு வன்மம்.."

இதுதான் வசந்தனின் வாயிலிருந்து வரும் என்பதை அறிந்து வைத்திருந்த யமுனா.. நடக்கப் போவதை யூகித்தவளாக.. அந்த மணமேடையிலேயே சரிந்து அமர்ந்தாள்..

விஷாலின் கோபம் பறந்துவிட்டது.. பழிவாங்க ஒருவன் திருமணத்தை நிறுத்த முயற்சிக்கிறான்.. அதை எளிதாக தடுக்க முடிந்தும்..

அந்தப் பெண்ணைப் பெற்ற தந்தை.. அமைதியாக அவனுடன் பேசிக் கொண்டிருக் கிறான்..

மாளவிகாவின் மேல் பரிதாபம் ஏற்பட.. அவன் அவளைத் திரும்பிப் பார்த்தான்.. அவள் முகம் உணர்ச்சிகளை துடைத்துவிட்ட கல்லாக இருந்தது..

வசந்தனின் வார்தைகளில் வெளிப்பட்ட வன்மத்தை சங்கரால் புரிந்து கொள்ள முடிந்தது..

"மாளவிகாவின் மேல் காதல் இல்லை.. வன்மம்தான் இருக்கிறது என்றால்.. எதற்காக அவளுக்குத் தாலிகட்டனும்னு நினைக்கிறீங்க..?"

"எதற்காகவா..? என் அப்பாவுக்கும்.. எனக்கும்.. உங்க தங்கை கொடுத்த வாழ்க்கையை நான் உங்க மகளுக்கு திருப்பிக் கொடுக்க வேண்டாமா..? என் அம்மாவை அந்த நிலைக்கு ஆளாக்கின உங்களை நிம்மதியாக நான் வாழ விடுவதா..?"

பூனைக்குட்டி வெளியே வந்துவிட்டது.. வசந்தனின் மனதில் இருந்த கோபத்தின் வேகம்.. அங்கிருந்தவர் களுக்கு தெரிய ஆரம்பித்தது..

ஏன் அவள் மாளவிகாவின் திருமண அழைப்பிதழை பார்த்ததும் முகம் மாறினான் என்று சங்கருக்கு இப்போது தெளிவாகப் புரிந்தது..

"உங்க மகளைக் காதலித்துக் கல்யாணம் பண்ணிக் கொள்ளப் போகும் அந்த கோடிஸ்வரன்.. உங்க மகளை உள்ளங்கையில் வைத்துத் தாங்குவான்.. அவள் மகாராணி போல அவன் வீட்டில் வாழ்வாள்.. அதை நீங்க பார்த்து சந்தோசப் படுவீங்க.. எவ்வளவு பேராசை உங்களுக்கு..? என் அம்மா நிம்மதியாக வாழ்ந்தாங்களா..? இல்லை.. எங்களைத்தான் நிம்மதியாக வாழ விட்டாங்களா..? அதுக்கு யார் காரணம்..? நீங்கதான் முழுக்காரணம்.. விட மாட்டேன்.. உங்களைச் சந்தோஷமாக வாழ விடவே மாட்டேன்.."

வசந்தனின் வார்த்தைகளில் கொலை வெறி தெரிந்தது..

27

"நீங்க நினைத்திருந்தால்.. என் அம்மா நிம்மதியாக வாழ்ந்திருப்பாங்க.. கல்யாணத்திற்கு முன்னால்.. அவங்க காதலை அவங்க அப்பா அம்மா-கிட்ட காட்டிக் கொடுத்து.. அவங்க நிம்மதியைக் கெடுத்தீங்க.. கல்யா-ணத்திற்கு பின்னால்.. அவங்க அப்பா.. அம்மா தற்கொலை பண்ணிக்-கிட்டு செத்துப் போயிட்டாங்கன்னு என் அம்மாவிடம் சொல்லி.. அவங்க நிம்மதியைக் கெடுத்தீங்க.. மத்தவங்க நிம்மதியை பறிச்சுட்டு.. நீங்க மட்-டும் நிம்மதியாய் வாழலாமா..?"

"வசந்தா.. உங்க அப்பா இப்போது இருக்கிறதைப் போல உன் அம்-மாவைக் காதலிக்கிற காலத்தில் இல்லை.. அப்போ இவன் இருந்த நிலைமையே வேறு.. நீங்களே இவனிடம் கேட்டுப் பாருங்க.. அப்படிப்-பட்டவனை என் தங்கை காதலித்துத் தொலைத்தாள்.. நான் அதை எப்-படி.. என் அப்பா.. அம்மாவிடம் சொல்லாமல் மறைக்க முடியும்..?"

"ஏன் முடியாது..? என் அம்மாவுக்கு.. என் அப்பாவைப் பற்றி இல்-லாத கவலையும் பயமும் உங்களுக்கு எதற்கு..? அவங்க காதலை அழிக்க உங்களுக்கென்ன உரிமையிருக்கு..? அவங்க நினைத்திருந்-தால்.. வீட்டுக்குத் தெரியாமல்.. உங்களிடமும் சொல்லாமல் வெளியேறிப் போயிருக்கலாமே.. அவங்க அதைச் செய்யாமல்.. உங்களை நம்பிக் காதலைச் சொன்னாங்க.. அதற்கு நீங்க கொடுத்த பரிசு என்ன..? என் அப்பா நேர்மையாகப் பெண் கேட்டு வந்தார்..? அதற்கு நீங்களெல்லாம் கொடுத்த மரியாதை என்ன..?"

"நான் என்ன செய்திருக்கணும்னு நீங்க நினைக்கிறீங்க..?"

"ஒண்ணு.. என் அம்மாவின் காதலை வீட்டில் சொல்லாமல் மறைத்து அவர்களுக்கு கல்யாணம் பண்ணி வைத்திருக்கணும்.. அதைச் செய்ய முடியலைன்னா..

என் அப்பா பெண் கேட்டு வந்தபோது.. உங்க அப்பா.. அம்மாவிடம் பேசி.. சரிக்கட்டி.. கல்யாணத்தை முடிவு பண்ணியிருக்கணும்.. அதை-விட்டு விட்டு.. அவங்களுக்கு சப்போர்ட் பண்ணுகிறதாய் நினைத்துக்-கிட்டு.. என் அப்பாவின் மேல் கை வைத்திருக்கக் கூடாது.. பிரச்னை அதுக்குப் பின்னால்தான் பெரிசா ஆகியிருக்கு.. நீங்க சுமூகமாக முடிய வேண்டியதை ஊதிப் பெரிசாக்கிட்டீங்க.."

வசந்தனின் தெளிவான சிந்தனையையும்.. வாதத்தையும் கேட்ட சங்-கரின் மனதில் பெருமிதம் வந்தது.. அவன் தன்னை நிறுத்தியிருக்கும் நிலைமையை மறந்தவனாக.. அவன் பெருமிதம் கொண்டான்..

'இவன் என் தங்கையின் மகன்.. பூங்கொடியின் புதல்வன்..'

"இந்தக் குற்றச்சாட்டை என் தங்கையும் சொல் லிட்டா.. நான் இதை ஏற்றுக்கிறேன்.. இந்த விசயத்தில் நான் செய்தது தப்புத்தான்.. நான் குற்றவாளிதான்.. அனால்.. பெற்றவங்க இறந்த செய்தியை அவங்க பெற்ற மகள்கிட்ட சொன்னதும் தப்பா..?"

"ஏன் சொல்லணும்..? பொய்மையும் வாய்மையிடத் துன்னு வள்ளு-வரே சொல்லியிருக்கிறாரே.. அதைக் கேட்டதும்.. உங்க தங்கை.. உயி-ரோடு செத்துப் போவாங்கன்னு உங்களுக்குத் தெரியாமல் இருந்திருக்-குமா..?"

"தெரிந்தே நான் அதைச் செய்தேன்னு நினைக்கறீங்களா..?"

"ஆமாம்.. நான் அப்படித்தான் நினைக்கிறேன்.. உங்களுக்கு என் அப்பாவின் மீது கோபம்.. உங்க தங்கையை வீட்டை விட்டு வெளியே வரவைத்து..

உங்க அப்பா.. அம்மாவின் சாவுக்கு அவர் காரணமாகி விட்டா-ருன்னு வன்மம்.. அது இல்லைன்னு உங்களால் சொல்ல முடியுமா..?"

எப்படி முடியும்..? அதுதானே சங்கரின் அன்றைய மனநிலையாக இருந்தது..

எனவே.. அவன் உண்மையை ஒப்புக்கொண்டான்..

"முடியாதுதான்.. ஆனால்.. என் கோபமெல்லாம் உன் அப்பாவின் மேல்தான்.. என் தங்கையின் மேல் இல்லை.. என் தங்கை நிம்மதியில்-லாமல் வாழணும்னு நான் ஒருநாள்கூட நினைத்ததில்லை.."

"அப்படி நினைவில்லாமல் இருக்கிறவர்.. உங்க அப்பாவும், அம்மா-வும் தற்கொலை பண்ணிக் கொண்டதை என் அம்மாவிடம் சொல்லி... அவங்க மனசில் குற்ற உணர்வை உண்டாக்கியிருக்கக் கூடாது.."

கூடாதுதான்.. அதை சங்கர் செய்திருக்கக் கூடாது தான்.. இவ்வளவு இளையவனான.. வசந்துக்கு தெரிந்திருக்கும் நியாயமும்.. வழிமுறைகளும்.. சங்கருக்குத் தெரியாமல் போயிருக்கக் கூடாதுதான்.. வள்ளுவரின் வாய் மொழியை வசந்தன் சொல்லித்தான் சங்கர் தெரிந்து கொண்டிருக்க வேண்டுமா..? அவனுக்கே அது தெரிந்திருக்க வேண்டாமா..?

"தப்புத்தான் வசந்தன்.. தப்புத்தான்.. என் தங்கையின் நிம்மதியை பறிக்கிற செயலை.. நான் செய்திருக்க கூடாதுதான்.. இந்தத் தப்பையும் நான் ஒப்புக் கொள்கிறேன்.. நான் குற்றவாளிதான்.."

"குற்றவாளிக்கு தண்டனை வேண்டாமா..?"

"வேண்டும்தான்.. அதை எனக்கு கொடுங்க.. என் மகளுக்கு கொடுக்காதீங்க.."

"இதைப் பாருடா.. என் மாமன் பேசுகிற பேச்சை.. என்னவோ உங்க தங்கை மேல உயிரையே.. வைத்திருந்ததா பிலிம் காட்டுவீங்க.. இதுதான் உங்க பாசமா..? உங்க பாசமலர் தங்கை பெற்ற மகனுக்கு உங்க மகளைக் கல்யாணம் பண்ணிக் கொடுப்பது.. உங்க மகளுக்கு நீங்க செய்கிற கொடுமையா..?"

"நீங்க மாளவிகாவை விரும்பிப் பெண் கேட்கலையே.."

"எப்படிக் கேட்டாலும்... உங்க மகளைக் கேட்கிறேனா.. இல்லையாh..?"

"பிரச்னை உங்களுக்கும்.. எனக்கும் தானே.."

"ஹலோ மாமா.. அந்தப் பிரச்னையே.. ஒரு கல்யாணத்தில் ஆரம்பித்ததுதான்.. உங்க தங்கைக்கும்.. என் அப்பாவுக்கும் நடந்த கல்யாணம்... அந்தக் கல்யாணத்தில் நடந்துவிட்ட அநியாயத்திற்கு.. இந்தக் கல்யாணம் மூலம்தான்.. நான் நியாயம் தேட முடியும்.."

"வேண்டாம் வசந்தன்.. மாளவிகாவின் கல்யாணம் மணமேடை வரைக்கும் வந்து விட்டது.."

"அதைப் பற்றி எனக்கென்ன வந்தது..? என்னவோ பெரிதாய் உங்களைப் பற்றிச் சொல்லிக்கிட்டாங்களே.. நான் எதைக் கேட்டாலும் மறுக்கக் கூடாதுன்னு என் அம்மா உங்ககிட்ட சத்தியம் வாங்கியிருக்கிறாங்களாமே.. இப்ப நான் உங்க பெண்ணைக் கேட்கிறேன்.. கொடுங்க.."

சத்தியம்..! சங்கர் செய்து கொடுத்த சத்தியம்..! முதலில் அவனை வளர்த்த தாய் அவனிடம் சத்தியம் கேட்டாள்..

"உன் தங்கை எதைக் கேட்டாலும் செய்டா.. அவள் கேட்டு இல்லை என்கிற வார்த்தை உன் வாயிலிருந்து வரக்கூடாது.."

அவன் சத்தியம் செய்து கொடுத்தான்.. அதற்குப் பின்னால் அவனுடைய தங்கை அவனிடம் சத்தியம் கேட்டாள்..

"என் மகன் எதைக் கேட்டாலும் கொடு.. மறுக்காதே.. அவன் உன்னை வெறுத்தாலும் நீ அவனை வெறுக்காதே.. அவன் என்ன செய்தாலும் மன்னித்துவிடு.. கடைவி வரை அவனைக் கைவிடாதே.."

இந்தச் சத்தியத்தையும் அவன் செய்து கொடுத்தான்.

அவனிடம் இந்த சத்தியங்களை வாங்கியவர்கள் உயிரோடு இல்லை.. ஆனால் சத்தியங்களுக்கு உயிர் இருக்கிறதே..

சங்கர் மணமேடையிலிருந்த மாளவிகாவைப் பார்த்தான்.. அடுத்து அவன் என்ன சொல்லப் போகிறான் என்று யமுனாவிற்குத் தெரிந்து விட்டது.. அவளால் அதைத் தடுக்க முடியாது.. கண் முன் மகளின் வாழ்க்கை மாறப் போவதை மனத்தைக் கல்லாக்கிக் கொண்டு அவள் பார்த்துத்தான் தீரவேண்டும்..

"வா.. மாளவிகா.." சங்கர் சொல்லி விட்டான்..

அந்த வார்த்தைகளுக்காக தன்னை தயார் கொண்டு விட்டிருந்த மாளவிகா.. உயிரற்ற பொம்மைபோல.. மாலையைக் கழட்டி மணமேடையில் வைத்துவிட்டு எழுந்தாள்..

"பொறு மாளவிகா.." விஷால் தடுத்தான்..

"நீ மேஜர்.. உன் அப்பாவின் வார்த்தை உன்னைக் கட்டுப் படுத்தாது.."

"நான் அப்பாவுக்கு மகள்.."

"அதற்காக.. உன் வாழ்க்கையை நீ பணயம் வைக்கப் போகிறாயா..?"

"என் அப்பாவின் வார்த்தைகளைப் பொய் யாக்குவதை விட நான் என் வாழ்வைப் பணயம் வைக்கத் தயாராய் இருக்கிறேன்.."

"அவன் உன்னோடு சந்தோஷமாக வாழ்வதற்காக கல்யாணம் பண்ணிக் கொள்ள நினைக்கவில்லை.. உன்னைத் துன்பப் படுத்தி.. உன் துன்பத்தைப் பார்த்து உன் அப்பா.. ரத்தக் கண்ணீர் விடணும் என்பதற்காகக் கல்யாணம் செய்து கொள்ள நினைக்கிறான்.."

"அது அப்பாவுக்கும் தெரியும்தானே.. தெரிந்துதானே இந்தக் கல்யாணத்தை நிறுத்துகிறார்..?"

"மாளவிகா.. நான் உன்னை நேசிக்கிறேன்.."

ஒரு கணம்.. மாளவிகா நிதானித்து அவன் முகம் பார்த்தாள்.. அவள் கண்கள் கலங்கின..

"கொடுப்பினை வேண்டும் சார்.. எதற்கும் கொடுப்பினை வேண்டும்.. இன்னார்க்கு இன்னார்ன்னு இறைவன் எழுதி வைத்துவிட்டதை நீங்களும்.. நானும் மாற்ற முடியாது.. நிறையச் சிரித்து விட்டேன்.. இனி அழுது பார்ன்னு ஆண்டவன் சொல்கிறார்.. நான் என்ன செய்ய முடியும்..? எனக்காக.. என் அப்பாவை மன்னித்து விடுங்கள்.. அவர் நம்பிக்கைத் துரோகம் பண்ணவில்லை.. ரொம்ப நல்லவராக இருந்து தொலைந்து விட்டார்.. அதனால்தான்.. அவர் பாசம் வைத்தவங்களே.. அவரைக் குற்றவாளிக் கூண்டில் ஏற்றிவிட்டாங்க.." மாளவிகா மணமேடையை விட்டு இறங்கி விட்டாள்..

28

காதல் மனைவிக்குத் தசரதன் சத்தியம் செய்து கொடுத்தான்.. அந்தச் சத்தியத்தைக் காப்பாற்ற.. அவன் பெற்ற பிள்ளையான ராமன் காட்டுக்குச் சென்றான்..

சங்கரோ.. வளர்த்த அன்னைக்கும்.. கூட வளர்ந்த தங்கைக்கும் சத்தியம் செய்து கொடுத்தான்.. அந்தச் சத்தியத்தைக் காப்பாற்ற.. அவன் பெற்ற மகளான மாளவிகா.. வசந்தனைப் பின்பற்றிச் சென்றாள்..

கண்ணுக்கு முன்னால் திருமண மண்டபத்தை விட்டு வெளியேறிப் போய் கொண்டிருந்த.. மாளவிகாவையும்.. அவள் குடும்பத்தையும் தடுக்க.. நினைத்து.. விஷால் மணமேடையை விட்டு எழுந்து கொள்ள முனைந்த போது..

"அப்படியே உட்கார் விஷால்.." என்று பொற்கொடி கடுமையான குரலில் சொன்னாள்..

"மம்மி..?"

"நீ.. என்னை அம்மான்னு மதிக்கிறதாக இருந்தால்.. அப்படியே உட்கார்.."

"மாளவிகா போகிறாளே மம்மி.."

"போகட்டும்.."

"நான் அவளைத் தடுக்க வேண்டும்.."

"வேண்டாம்.. அவள் உனக்கு மனைவியாக இனி வர முடியாது.. எப்போது மாலையைக் கழட்டி விட்டு.. அவள் மணமேடையை விட்டு இறங்கி விட்டாளோ.. அப்போதே.. அவள் எனக்கு மருமகளாக வரும் தகுதியை இழந்து விட்டாள்.."

"அவள் மேல் தப்பில்லை மம்மி.."

"ஆனால்.. நமக்குன்னு ஒரு ஸ்டேட்டஸ் இருக்கிறதே விஷால்.. உன் கல்யாணம்.. இப்போது.. இந்த மேடையில் நடந்தாகணும்.. அதில்-தான் நம் குடும்பக் கௌரவம் அடங்கியிருக்கிறது.."

விஷால் திகைத்தான்.. ஆனால்.. பொற்கொடியின் வார்த்தைகளில் இருந்த நியாயம் அவனுக்குப் புலப்பட்டது.

அவனுடையது மேல் தட்டுக் குடும்பம்.. அதற் கென்று சில கௌர-வங்களும்.. பெருமைகளும் உண்டு..

சாண்டில்யனின் சொந்தபந்தமும்.. பொற்கொடியின் சொந்த பந்தமும் அந்தத் திருமண மண்பத்தில் குழுமியிருக்கிறது.. அவர்களின் முன்னி-லையில் விஷாலின் திருமணம் நின்று விட்டால்.. சாண்டில்யன் வாழ்ந்த வாழ்க்கைக்கு அர்த்தம் இருக்காது..

"அந்தச் சின்னப் பெண்ணுக்கு... அவளுடைய அப்பாவின் மேல் இருக்கிற பாசமும்.. மரியாதையும் உனக்கு இல்லையா..? அவர் பெய-ரையும்.. கௌரவத்தையும் காப்பாற்று.."

பொற்கொடியின் ஆணையை அவனால் மீற முடிய வில்லை.. காத்-திருந்த மேகா மணமேடையில் ஏறினாள்.. மாளவிகா கழட்டி விட்ட மாலையை அவள் கழுத்தில் போட்டுக் கொண்டாள்.. முகூர்த்த நேரம் முடிவதற்குள்.. விஷாலின் தாலியைக் கழுத்தில் வாங்கிக் கொண்டாள்..

ஊட்டிக்குச் செல்லும் மலைப் பாதையில் கார் ஏறிக் கொண்டிருந்தது.. காரில் இருந்த யாரும் ஒருவரோடு ஒருவர் பேசிக் கொள்ளவில்லை..

"வீட்டுக்குப் போகவில்லையா வசந்த்..?" பிரசன்னா கார் சென்ற பாதையைக் கணித்து விட்டுக் கேட்டான்..

"இல்லை.." ஒற்றை வார்த்தையில் பதில் சொன்னான் வசந்தன்..

அவனுடைய காரின் பின் சீட்டில்.. மகளை அரவணைத்துக் கொண்டிருந்த யமுனா எதையும் கேட்க வில்லை.. தாயின் தோளில் தலை சாய்ந்திருந்த மாளவிகாவும் பேசவில்லை..

வசந்தனின் காரில் மகளையும்.. மனைவியையும் ஏறிக் கொள்ளச் சொல்லிவிட்டு.. சங்கர்.. அவனுடைய காரில்.. அந்தக் காரை பின்தொ-டர்ந்து சென்று கொண்டிருந்தான்..

ஊட்டிக்குள் நுழைந்த கார்.. நேராகக் கோயிலில் போய் நின்றது.. மாலை மயங்கிக் கொண்டிருந்த அந்த வேளையில்.. கோவிலுக்குள் கூட்டம் குழுமியிருக்க..

"நம் எஸ்டேட் ஆளுகள் போலத் தெரிகிறதே.." என்று புருவம் சுருக்கினான் பிரசன்னா..

திருமணத்துக்கான ஏற்பாடுகளை ஊட்டியில் பண்ணிவிட்டு.. திருமணத்தை நிறுத்துவதற்காகவே.. தன்னுடன் சென்னைக்கு அவன் வந்திருக்கிறான் என்பதை புரிந்து கொண்ட பிரசன்னா.. செய்வதறியாது கோபத்துடன் மகனைப் பார்த்தான்..

தகப்பனின் பார்வையை அலட்சியமாக எதிர்கொண்ட வசந்தன்.. கார்க் கதவைத் திறந்து கொண்டு இறங்கினான்.

அடுத்த சில நிமிடங்களில் தயாராக இருந்த பட்டு வேட்டி சட்டைக்கு மாறி.. அவன் மணவறையில் அமர.. மணக்கோலத்தில் இருந்த மாளவிகா அவனருகில் அமர்ந்தாள்.. கோவிலில் நாதஸ்வரமும்.. கெட்டிமேளமும் முழங்க.. வசந்தன்.. மாளவிகாவின் கழுத்தில் தாலி கட்டி விட்டான்..

தோட்டத்தில் பூச்செடிகள் எல்லாம் சீரியல் விளக்குகளால் அலங்கரிக்கப்பட்டு இருக்க.. விருந்து நடைபெற்றுக் கொண்டிருந்தது..

ஒரு குறையும் சொல்ல முடியாமல்.. தன் திருமணத்தைத் தானே திட்டமிட்டு நடத்திக் கொண்டு விட்ட மகனின் புத்திசாலித்தனத்தை மெச்சிக்

கொள்வதா.. இல்லை.. வாழ்வதற்காக திருமணம் பண்ணிக் கொள்ளாமல் பகை முடிக்க திருமணத்தை பண்ணிக் கொண்டிருக்கிறானா என்று நொந்து கொள்வதா என்று புரியாமல் திகைத்து நின்றான் பிரசன்னா..

மாடி பால்கனியில் நின்று தோட்டத்து விருந்தை பார்த்துக் கொண்டிருந்த மாளவிகாவின் மனதில்..

'நேற்று இந்நேரம்தான்.. நாளை இந்நேரம்.. நீ என் மனைவியாகி இருப்பாய் என்று விஷால் சொன்னார்..' என்ற எண்ணம் எழுந்தது..

எழுந்த நினைவை அழித்தாள்.. குளிர் உடலைத் துளைக்க ஆரம்பித்ததை உணர்ந்தாள்.. அவள்மீது சால்வை ஒன்று போர்த்தப்பட.. குளிருக்கு இதமாக அதை இழுத்துப் போர்த்தியபடி திரும்பிப் பார்த்தாள்.. யமுனா நின்றிருந்தாள்..

"இன்னைக்கு உனக்கு குளிருதுன்னு போர்த்திவிட நான் உன்கூட இருக்கிறேன்.. நாளையிலிருந்து இருக்க மாட்டேன்.. உன்னை நீதான் பார்த்துக் கொள்ளணும்.. முடியுமா மாளவிகா.."

"முடியும்மா.."

"முடியணும்.. அப்படி முடிந்தால்தான் நீ என் பெண்.. அப்பா செய்தது அநியாயமா இருக்கலாம்.. ஆனால்.. அவரிடம் அதற்கான நியாயம் இருக்கு.."

"தெரியும்மா.."

"வசந்தனின் மனம் ரணமாகியிருக்கு.. ஒருவகையில் அவருடைய கோபமும் நியாயமானதுதான்.. அவருடைய கோபத்தை நீ தாங்கிக் கொள்வாயா..?"

"தாங்கிக் கொள்வேன்ம்மா.."

"விஷாலின் வாழ்க்கை சிக்கலில்லாதது.. அவரால் அதனாலேயே.. சிக்கலில்லாத வாழ்க்கையை உனக்குக் கொடுத்திருக்க முடியும்.. வசந்தனின் விசயத்தில் அப்படி இல்லை.. அவருடைய சின்ன வயதில்.. வயதுக்கு மீறிய துயரங்களையும்.. துன்பங்களையும் சந்தித்திருக்கிறார்.. பாவம்.. தாயில்லாத பிள்ளை.. தாய்க்குப் பின் தாரம் தானே ஒரு மனுசனுக்கு எல்லாமுமாய் இருக்க முடியும்.. நீ இருப்பியா.. மாளவிகா..?"

"இருப்பேன்ம்மா.."

மாளவிகா.. தைரியமாகத்தான் பதில் சொன்னாள்.. வசந்தனின் தனி அறையில் அவனைச் சந்திக்கும் நேரம் வரை.. தைரியமாகத்தான் இருந்தாள்..

ஆனால்.. சிவந்த கண்களுடன்.. மது வாசனையுடன்.. அருகில் வந்த வசந்தனைக் கண்டதும்.. அவளது தைரியம் பறந்தது..

"குடித்திருக்கிறீங்களா.." அவள் பின் வாங்கினாள்..

அவன் பதில் சொல்லாமல்.. பலமாக சிரித்தான்.. அவள் முகம் பயத்தில் வெளுத்தது..

"ஏன் அப்படிச் சிரிக்கிறீங்க..?" நடுங்கிய குரலில் கேட்டாள்..

"குடித்திருந்தால்.. என்னுடன் பர்ஸ்ட் நைட்டை கொண்டாட மாட்டியா..? என்ன..? அவன் நினைவில் தப்பித்துக் கொள்ள.. இந்தச் சாக்கு உனக்கு கிடைத்திருக்கிறதா..?" அவன் விழிகள் இடுங்கக் கேட்டான்..

"எவன் நினைவு..?" மாளவிகாவிற்குப் புரியவில்லை.

வசந்தன் அவள் முகத்தையே உற்றுப் பார்த்தான்.. அவன் முகத்தின் இறுக்கம் கொஞ்சம் தளர்ந்தது..

கட்டிலின் அருகே இருந்த பால் செம்பைப் பார்த்தான்..

"யூசுவலா.. பர்ஸ்ட் நைட்டில்.. காலில் விழுவாங்க.."

"நான் இப்ப காலில் விழணுமா..?"

"ஹா.. ஹா.. அப்புறமாய் பால் சொம்பை எடுத்து பாலைத் தம்ளரில் ஊற்றிக் கொடுப்பாங்க.."

மாளவிகா பாலை ஊற்றிக் கொடுத்தாள்..

"எங்கே.. குடித்திருக்கிறேன்னு காரணத்தைச் சொல்லி.. இதைக் குடிக்க மாட்டேன்னு முடிவு பண்ணிட்டியோன்னு நினைச்சேன்.."

அவன் வாங்கிப் பாதிப் பாலைக் குடித்தான்..

"மீதிப் பாலை.. பெண்டாட்டிகிட்ட கொடுப்பாங்க.." என்றான்..

"கொடுங்க.." மாளவிகா கைநீட்டவும்.. அவன் கண்கள் மின்னின..

தயங்காமல் அதை வாங்கிய மாளவிகா குடித்து விட்டாள்..

"அப்புறம்.. கிட்ட வருவாங்க.."

அவன் சொல்ல.. அவள் கிட்டே வரவில்லை..

"என்ன ஆச்சு..? இது வரைக்கும் ஒழுங்காத்தானே போய்க்கிட்டு இருந்துச்சு..? இப்ப மட்டும் ஏன் தள்ளி நிற்கிற..?"

வசந்தன் கைநீட்டி அவளைத் தன்னிடம் இழுத்துக் கொண்டான்.. எந்தவிதப் பேச்சும் இல்லாமல்.. எந்தவிதப் புரிதலும் இல்லாமல் தேடலை அவன் தொடங்க.. மாளவிகா விலக முடியாமல் மனம் வெம்பினாள்..

29

காலையில் கண் விழித்தபோது.. எழுந்து கொள்ள முடியாமல் வசந்தனின் கரம் தன்னை இறுக்கியிருப்பதை உணர்ந்தாள் மாளவிகா.. முதல்நாள் இரவின் நினைவில்.. அவள் மனம் வாடியது..

கொஞ்சம்கூட அவளுடைய உணர்வுகளை மதிக்காமல்.. அவளது விருப்பத்தைக் கேட்காமல்.. அவளை ஆக்கிரமித்த அவனின் முரட்டுத்தனத்தை நினைத்து மனம் கசந்தாள்..

அவள் முகத்துக்கு வெகு அருகாமையில்.. இருந்த அவன் முகத்தில் தெரிந்த அந்த முரட்டுத்தனம் அவளை அச்சுறுத்தியது..

அவள் விலகி எழுந்து கொள்ள முயன்றாள்.. அவளால் விலக முடியவில்லை.. அவனுடைய கைகளை விலக்க முயன்றபோது.. அவன் விழித்துக் கொண்டான்..

"என்ன..?" என்று அதட்டினான்..

"விடிந்து விட்டது.."

"யாருக்கு..?"

மாளவிகாவிற்கு அவன் கேள்வி சுத்தமாய் புரியவில்லை.. அவள் மலங்க.. மலங்க விழித்தாள்.. அவள் முகத்தைப் பார்த்தவன் என்ன நினைத்தானோ.. கையை விலக்கிக் கொண்டான்.. அவள் ஒரு விடுதலை உணர்வுடன் அவசரமாக எழுந்தாள்..

"விடுதலை கிடைத்திருச்சுன்னு நினைக்கிறாப்புல இருக்கு..?" அவன் விஷமப் புன்னகையுடன் கேட்டான்..

'இது தற்காலிக விடுதலை..!' என்று மனதிற்குள் நினைத்துக் கொண்டவளால் அதை வெளியே சொல்ல முடியவில்லை..

"எதையோ சொல்ல நினைக்கிறாப்புல இருக்கே.."

"இல்லையே.."

"நிஜமாகவே இல்லையா..?"

"நிஜமாகவே இல்லை.."

அவன் அவள் முகத்தையே இமைக்காமல் பார்க்க.. அவள் அவசர-மாக பார்வையை விலக்கிக் கொண்டு நகர முயன்றாள்.. அதைக் கண்-டவனின் முகத்தில் கடுமை படர்ந்தது.. அவளது கரத்தை இறுகப் பற்றி அவளை நிறுத்தினான்..

"என்ன..?" அவள் லேசான அச்சத்துடன் கேட்டாள்..

அவள் கேட்ட விதத்தில் அவனுடைய கோபம் அதிகமாகியது..

"என்னன்னு மொட்டையா கேட்கிற..? நானென்ன வழியில் போகிற வழிப் போக்கனா..?"

அவளுக்கு என்ன தவறு செய்தோமென்று பிடிபட வில்லை.. பயத்-துடன் மெதுவான குரலில் கேட்டாள்..

"என்னன்னுதானே கேட்டேன்.. வேற என்ன தப்பா கேட்டேன்..?"

"அது கூடத் தெரியவில்லையா..?"

"தெரியலையே.."

அவள் விழித்ததைக் கண்ட அவனது கண்கள் சிவந்துவிட்டன..

"உனக்கு என்னைப் பார்த்தால் எப்படித் தெரிகிறது..?" என்று கேட்-டான்..

அவளுக்கு எப்படியெப்படியோ தெரிந்தது.. அதை வாய் விட்டுச் சொன்னால் களேபரமாகிவிடும் என்பதால்.. மௌனமாக இருந்தாள்..

"பேசுடி.."

"என்னது 'டி' யா..?"

அவளுக்குள் கோபம் முகிழ்ந்தது.. அவளை அதுவரை அவளுடைய தோழிகளைத் தவிர வேறு யாரும் 'வாடி.. போடி..' என்று அழைத்த-தில்லை..

'இவன் எப்படி என்னைப் பேசுடின்னு சொல்லலாம்..'

அவள் முகத்தில் கோபத்தைக் கண்டவன்.. மிதப்பாக எழுந்து அமர்ந்தான்.. அவளது கையைப் பிடித்து சுண்டியிழுத்தான்.. அவள் அவன் மடியில் விழுந்தாள்..

அவன் கரங்கள் ஆக்டோபஸ் போல வளைத்துக் கொள்ள மாள-விகா.. தன்னை விடுவித்துக் கொள்ள முயன்றாள்.. அவளால் அது முடியாமல் போக.. போராடிக் களைத்தவளாக..

"விடுங்க.." என்று மட்டும் சொன்னாள்..

"விட்டு விடவா தாலி கட்டியிருக்கிறேன்..? ஆமாம்.. என்ன சொன்னாய்..? உன்னை 'டீ' போட்டுக் கூப்பிடக் கூடாதா..?"

"எனக்கு அது பிடிக்காது.."

"எதுடி பிடிக்காது..?"

அவன் வேண்டுமென்றே மீண்டும் 'டீ'யென்று அழைத்தான்..

"இப்படி.. வாடி.. போடின்னு பேசினால் பிடிக்காது.. என்னை யாரும் இப்படிப் பேசியதில்லை.."

"ஓஹோ.. வேறு யாரும் உன்னை இப்படி மடியில் வைத்து கட்டிப் படித்துப் பேசியிருக்கிறாங்களா.. இன்னும்.. நேற்று ராத்திரி.."

தொடர்ந்து சொல்லப் போனவனின் வாயை தன் கைகளால் பொத்தித் தடுத்த மாளவிகாவின் முகம் சிவந்து விட்டது..

மூடிய கையில் அவன் முத்தமிட்டு வைக்க அவசரமாக கையை விலக்கிக் கொண்டவளைப் பார்த்து கண் சிமிட்டினான் அவன்..

"என்ன ஆச்சு..? ஏன்.. என் பெண்டாட்டியை.. 'டீ' போட்டு கூப்பிடுகிறேன்னு விளக்கம் சொல்லப் போனால் நீ விட மாட்டேன்னு அடம் பிடிக்கிறயே.."

"சொல்லிய வரை போதும்.."

"எனக்குப் போதாதே.."

அவளது கண்களில் தெரிந்த விசயம்.. அவன் வேறு அர்த்தத்தில் சொல்லுவதை விளக்கியது..

"ப்ளீஸ்.. நீங்க என்னை எப்படி வேண்டுமானாலும் கூப்பிட்டுங்க.. இந்த விளக்கமெல்லாம் வேண்டாம்.."

"எனக்கு வேண்டுமே.."

மாளவிகா அழாத குறையாய் அவனைப் பார்க்கவும்.. அவன் சிரித்து விட்டான்..

'இவனுக்கு சிரிக்கக் கூடத் தெரியுமா..?'

வரிசையாய் தெரிந்த பற்களின் அணி வகுப்பு.. முல்லைச் சரத்தை நினைவூட்ட..

'இவன் சிரிக்கும் போதுதான் எவ்வளவு கவர்ச்சியாக இருந்து தொலைக்கிறான்..' என்று நினைத்துக் கொண்டாள் மாளவிகா..

"நீயென்னடி எனக்குப் பெர்மிசன் குடுக்கிறது.. நீ சொல்லித்தான் நான் உன்னை வாடி.. போடின்னு கூப்பிடணுமா..?"

சட்டென்று கடுமை காட்டி அவன் வினவ.. அவனுடைய சிரிப்பு போன இடமெங்கே என்று தெரியாமல் குழம்பிப் போனாள் மாளவிகா..

'மழையும்.. வெயிலும் ஒரே இடத்தில் இருக்கும் இடம் இவனுடைய முகம்தான் போல..'

"தெரியாமல் சொல்லிட்டேன்.. ஸாரி.."

"இதைத் தெரியாமல் சொன்னாய்.. சரி.. அது என்னடி.. மொட்-டையாய் 'என்ன..'ன்னு கேட்டு வைக்கிறாய்..? நான் உன் புருசன்கிற நினைப்பு உன் மனதில் இருக்கா.. இல்லையா..?"

'அடடா.. நேற்று சாயந்திரம் தாலிகட்டினான்.. நேற்று நைட்டே பர்ஸ்ட் நைட்டை கொண்டாடினான்.. இன்னைக்கு காலையில் இவன் என்னவோ எஜமானன் போலவும்.. நான் இவனுடைய சேடிப் பெண் போலவும் இப்படி அலட்டிக் கிறானே.. புருஷனாக இருந்தால்.. இவனுக்கென்ன கொம்பா முளைத்திருக்கிறது..'

"ஹலோ.. இப்ப நான் என்ன சொல்லிட்டேன்னு இப்படிக் கிடந்து குதிக்கிறீங்க.. நேற்று சாயந்திரத்தி லிருந்து தான் நீங்க எனக்கு ஹஸ்-பெண்ட்.. உறவு முறையெல்லாம் மனதில் பதிய கொஞ்ச நாளாகும் புரிந்ததா..?"

மாளவிகா.. அவளுக்கேயுரிய துடுக்குத்தனத்துடன் சொல்லிவிட மறு-கணம்.. அவள் கன்னத்தில் 'பளார்' என்று ஒரு அறை கொடுத்தான் வசந்தன்..

"அம்மா..!"

கன்னத்தைப் பிடித்துக் கொண்டு.. துடித்துப் போய் கட்டிலில் விழுந்-தாள் மாளவிகா..

"நானும் சின்னப் பெண்ணாச்சேன்னு பொறுமையாய் சொல்கிறேன்.. எதிர்த்தா பேசுற..? கொன்னு பொலி போட்டு.. இந்த எஸ்டேட்டில் புதைச்சிருவேன்.. ராஸ்கல்.. என்னை என்ன.. என் அப்பான்னு நினைச்சியா..? பெண்டாட்டி முந்தானையை பிடித்துக்கிட்டு அலை கிற-துக்கு.. நான் வசந்தன்டி.. மனதில் வைத்துக்க.."

அதுவரை விளையாட்டுக்குக் கூட யாரிடமும் அடிவாங்கியிராத மாளவிகா துடித்துப் போய் அமர்ந்திருந்தாள்..

"என்னன்னுதான் கேட்பாயா..? என்ன அத்தான்னு உன் வாயில் வராதா..? இந்நேரம் அவனா இருந்தால்.. இப்படிப் பேசியிருப்பியா..? ஹலோவாம்.. ஹலோ.. புருஷனை ஹலோ.. போட்டுக் கூப்பிடுகிற

முதல் பெண் நீதான்டி.."

அவன் பேசிக் கொண்டே போக.. இவன் எவனைச் சொல்கிறான் என்று புரியாமல் பார்த்தாள் மாளவிகா..

அவளது பார்வையில் எதைக் கண்டானோ.. அவன் சட்டென்று அறையை விட்டு வெளியே போய் விட்டான்.

சற்று நேரத்தில் அறையின் அழைப்பு மணி யொலித்தது.. மாளவிகா கண்ணீரைத் துடைத்துக் கொண்டு.. எழுந்து சென்று கதவைத் திறந்தாள்..

"காபிம்மா.."

அந்த வீட்டில் வேலை செய்யும் அஞ்சலை நின்றிருந்தாள்..

"ஐயா கொடுக்கச் சொன்னார்.."

அறைவதையும் அறைந்து விட்டு.. பேச வேண்டிய தெல்லாம் பேசிவிட்டு.. காபியும் கொடுத்தனுப்பியிருக் கிறான்..

"இவனை எந்தக் கணக்கில் சேர்ப்பது.." தலையைப் பிடித்துக் கொண்டாள் மாளவிகா..

30

தலைக்குக் குளித்து.. ஈர முடியைத் தளர்வாக பின்னி.. மாடியிறங்கி வந்த மகளைக் கண்டதும்..

யமுனா அவள் முகத்தில் எதையோ தேடுவதைப் போலப் பார்த்-தாள்..

"என்னம்மா..?"

மகள் வினவியதும்.. அமைதியாக சிரித்தவள்..

"இங்கே உட்காரும்மா.." என்று அருகே அமர வைத்துக் கொண்-டாள்..

பிரசன்னாவுடன்.. தாழ்ந்த குரலில் பேசிக் கொண்டிருந்த சங்கர்.. மகளைக் கண்டதும்.. வாத்சல் யத்துடன் புன்னகைத்தான்..

அகிலாண்டத்திடம் பேசிக்கொண்டிருந்த வசந்தனின் முகம் அதைக் கண்டதும் இறுகியது..

"நேத்து ஒருநாள் நைட்டு.. மகளைப் பார்க்காம இருந்தாங்களாம்.. மடியில் உட்கார வைச்சு.. இந்தக் கொஞ்சு கொஞ்சறாங்களே.." அகி-லாண்டம் போட்டுக் கொடுத்தாள்..

வசந்தன் ஹாலுக்கு வந்தான்.. சோபாவில் அமர்ந்து கால் மேல் கால் போட்டுக் கொண்டான்.. யமுனாவின் அருகே அமர்ந்திருந்த மாளவி-காவைப் பார்த்தான்..

"ஏய்ய்.. இங்கே வாடி.." என்றான்..

அவன் அழைத்த விதத்தில் மாளவிகாவின் முகம் மாறியது.. அவள் தோளைத் தட்டிக் கொடுத்துக் கொண்டிருந்த யமுனாவின் கை எச்ச-ரிக்கை செய்யும் பாவனையில் மாளவிகாவின் தோளை அழுத்தியது..

"போம்மா.." என்று மகளிடம் சொன்னாள்..

மாளவிகா எழுந்து வசந்தனுக்கு அருகில் சென்று அமர்ந்தாள்..

"ஏன்.. உன் அம்மா.. போன்னு வழியனுப்பி வைத்தால்தான் வருவியா..?" எகத்தாளமாகக் கேட்டான் வசந்தன்..

மாளவிகாவிற்கு என்ன பதில் சொல்வது என்று தெரியவில்லை.. பேசாமல் இருந்தாலும் அவன் கோபப் படுவான்..

செய்வதறியாமல் அவள் தன்னிச்சையாகச் சங்கரைப் பார்த்து வைக்க.. வசந்தன் அதைக் கவனித்து விட்டான்..

"என்னடி.. உன் அப்பாவைப் பார்க்கிற..? அவரென்ன பெரிய தேசிங்கு ராஜாவா..? என்னை.. கேள்வி கேட்கச் சொல்லி உன் அப்பாவைத் தூண்டி விடுகிறாயா..?" என்று எகிற ஆரம்பித்தான்..

அவன் பண்ணிய அழும்பைப் பிரசன்னாவினால் தாங்க முடியவில்லை..

"டேய்.. அந்தப் பொண்ணு இப்ப வாயைத் திறந்து எதையாவது பேசியதா..? ஏண்டா.. இந்தப் பாடு படுத்துகிற..?" என்று கேட்டுவிட்டான்..

"டாடி.. இது புருஷன்.. பெண்டாட்டி விவகாரம்.. நீங்க இதில் தலையிடாதீங்க.." கறாராகக் கூறினான் வசந்தன்..

"நேத்து சாயந்திரம்தான் அது உனக்கு கழுத்தை நீட்டியது.. அதுக்கு முன்னாலே அந்தப் பொண்ணு யாரு..? சங்கரோட மகள் தானே..?"

"அது பஸ்ட்.. இப்ப அவள் என் பெண்டாட்டி மட்டும்தான்.."

"சரி.. நீயாச்சு.. உன் பெண்டாட்டியாச்சு.. நாங்க எதுவும் தலையிடலை.. ஆனா.. பெத்தவங்க கண் முன்னாலேயே அந்தப் பெண்ணை இந்தப் பாடு படுத்தணுமா..?"

"பெத்தவங்களை யாரு கண் முன்னாலேயே இருக்கச் சொன்னது..? அதுதான் பெண்ணைக் கல்யாணம் பண்ணிக் கொடுத்தாச்சுல்ல.. அப்புறமும் எதுக்கு இங்கேயே டேரா போடணும்..? அவங்கவங்க வேலையைப் பார்த்துக்கிட்டுக் கிளம்ப வேண்டியது தானே..?"

வசந்தனின் அலட்சியப் பேச்சைத் தாங்க மாட்டாமல் சங்கர் எழுந்து நின்றுவிட.. யமுனா அவனிடம் பார்வையால் இறைஞ்சினாள்..

"ஸாரி சங்கர்.. அவன் ஏதோ கோபத்தில் பேசுகிறான்.. அவன் சார்பில் நான் உன்னிடம் மன்னிப்புக் கேட்கிறேன்.. உட்காருடா.."

பிரசன்னா வற்புறுத்தி அவனை உட்கார வைத்தான்.. அதை ஏதோ வேடிக்கையைப் பார்ப்பதைப் போல.. சம்பந்தமில்லாதவனைப் போல.. முகத்தை வைத்துக் கொண்டு பார்த்துக் கொண்டிருந்தான் வசந்தன்..

டைனிங் ஹாலில் மாளவிகா யமுனாவின் அருகில் உட்காரப் போனபோது.. யமுனா அவளைக் கண்களால் எச்சரித்தாள்.. அவளுக்கு என்னவென்று புரியவில்லை..

'என்னம்மா..?' என்று பதிலுக்கு கண்களாலேயே வினவினாள்..

வசந்தனுக்கு பரிமாறும்படி ஜாடை காட்டினாள் யமுனா.. மகளைப் பற்றிய நினைவுடன் தட்டில் இருந்ததை சாப்பிட்டுக் கொண்டிருந்த சங்கர்.. மகள்.. வசந்தனின் முன்னால் தட்டை வைத்துப் பரிமாற ஆரம்பித்ததைக் கண்டதும் ஆச்சரியப்பட்டுப் போனான்..

'இவளுக்கு.. தனக்காகப் போட்டுக் கொண்டு சாப்பிடத் தெரியாதே..'

வசந்தனின் முகத்தில் இருந்த ஏதோவொரு எரிச்சல் காணாமல் போனதையும்.. இனம் புரியாத திருப்தி அவன் முகத்தில் தோன்றுவதையும்.. ஜாடையாகக் கவனித்துக் கொண்டிருந்த யமுனாவிற்கு சிக்கலின் நூல் முனை கிடைத்துவிட்டது..

31

"பூப்பாதையில் நடப்பது எல்லோராலும் முடிகிற எளிதான விசயம் மாலும்மா.. கரடு.. முரடான பாதையையும்.. பூப்பாதையாய் நினைத்து நடக்கிறதுதான் சவாலான விசயம்.. நீ சவால்களைச் சந்திக்க இது வரை அஞ்சியதில்லை..."

தோட்டத்திலிருந்த மர பெஞ்சில் அமர்ந்திருந்த மகளிடம் கூறியபடி அவளருகில் அமர்ந்து கொண்டாள் யமுனா..

"எப்படிம்மா.. கால்களைக் குத்திக் கிழிக்கிற கல்லிலும்.. முள்ளிலும் நடக்கிறது எப்படிம்மா..?" மனம் குமுறினாள் மாளவிகா..

யமுனா மகளின் துன்பத்தைக் கண்டு.. மனதிற்குள் துடித்தாள்.. வெளியே அதைக் காட்டிக் கொள்ளாமல் தோட்டத்தைச் சுற்றிப் பார்வையை ஓட்டினாள்.. அந்தத் தோட்டமே.. ஒரு பூங்காவைப் போல இருந்தது.. அதை மகளிடம் சொல்லவும் செய்தாள்..

"வெறும் தொட்டியில் வளர்ந்திருக்கும்.. ஒற்றை ரோஜாச் செடியைக்கூட.. நீ அவ்வளவு தூரத்திற்கு ரசிப்பாயே மாளவிகா.. இந்த தோட்டத்தைப் பார்.. பார்க்கைப் போலவே இருக்கில்ல..?"

"ம்ப்ச்.. இதெல்லாம் என் மனசில் பதியவே இல்லைம்மா.."

மாளவிகாவின் குரலில் தொனித்த விரக்தியை உணர்ந்த யமுனாவின் மனம் கலங்கியது.. அவள் அதை வெளியே காட்டிக் கொள்ளாமல் மகளைக் கூர்மையாகப் பார்த்தாள்..

"நேற்று சாய்ந்திரம்தான் உனக்கு கல்யாணமாகி யிருக்கிறது.. இந்த ஒரு ராத்திரியைக் கடக்கிறதுக்குள்ள உனக்கு வாழ்க்கையே வெறுத்துவிட்டதா..?"

"அப்படித்தான் இருக்கும்மா.."

முதல் நாள் இரவின் நினைவில் முகம் சுளித்தாள் மாளவிகா.. அதைத் தாயிடம் பகிர்ந்து கொள்ள முடியாத நிலையில்.. தொடுவானத்தை வெறித்தாள்..

ஆனால்.. மகளின் சிறு அசைவிலும்.. அவளது மனத்தைக் கண்டுபிடித்துவிடும் யமுனா அதை எளிதாகக் கண்டு கொண்டாள்..

"மாலும்மா.. மனதுக்கு பிடிக்காதது நமக்கு வெறுப்பைத் தான் கொடுக்கும்.. அதனாலேயே.. அது வெறுக்கக்கூடிய ஒன்றாகி விடாது.." இதமாக கூறினாள் யமுனா..

"அம்மா.." மாளவிகாவிற்கு எதுவோ புரிவதைப் போலிருந்தது..

"கல்யாணமான பெண்கள் எதிர்கொள்ள வேண்டிய இயல்பான ஒன்றைத்தான்.. நீயும் எதிர் கொண்டிருக் கிறாய்.. என்ன ஒன்று.. மாப்பிள்ளை எதிரியைப் போல பேசிக் கொண்டே உன்னைத் தொட்டிருப்பார்.. உன்னையறியாமல்.. உன் மனம்.. அவரை எதிரியாக நினைத்து விட்டிருக்கும்.. அதனால்தான் இப்படி.. நீ அவரைக் காதலித்துப் பார்.. எளிதாக இந்த எல்லாப் பிரச்னைகளையும் சமாளித்து விடுவாய்.."

மாளவிகாவின் முகத்தில் யோசனை வந்தது.. அதைக் கண்ட யமுனாவின்.. மனம் நிம்மதியடைந்தது..

'யோசிக்க ஆரம்பித்து விட்டாள்.. இனிப் பயமில்லை..'

"ஒரு வார்த்தை அன்பாக அவர் பேசலைம்மா.."

"நீ பேசினாயா..?" யமுனாவின் கேள்வி கூர்மையாக வெளிவர..

"அம்மா.." என்று திகைத்துப் போனாள் மாளவிகா..

"சொல் மாளவிகா.. நீ அவரிடம் அன்பாய்ப் பேசினாயா..?"

"இல்லைம்மா.." குற்ற உணர்வுடன் பதில் சொன்னாள் மாளவிகா..

"அப்புறம் எப்படி.. அவரிடம் அதை எதிர்பார்க் கிறாய்..?"

"அவர் நடந்து கொண்ட விதம் அப்படி.."

"அதற்கு ஆயிரம் நியாயங்கள் இருக்கின்றன.."

"பகை முடிக்கத்தானே என்னை அவர் கல்யாணம் செய்து கொண்டார்..? எனக்காக என்னைக் கல்யாணம் செய்து கொள்ள வில்லையே.."

"இதையே அவரும் கேட்கலாமே.."

"எப்படிக் கேட்பார்..? எனக்கொன்றும் அவர் மேல் பகை இல்லையே.."

"காதலும் இல்லையே.."

"அம்மா.."

"நினைத்துப் பார்.. நீயும்.. உன் அப்பா.. அவருக்கு செய்து கொடுத்த சத்தியத்திற்காகத்தான் அவரைக் கல்யாணம் செய்து கொண்டிருக்கிறாய்.. அவருக்காக இல்லை.."

மாளவிகா யமுனாவையே.. பார்த்தாள்.. அவள் முகத்தில் ஆயிரமாயிரம் உணர்ச்சிக் கலவைகளின் போராட்டம் தெரிந்தது.. அதைக் கண்ட யமுனாவின் அடி வயிறு பிசைந்தது..

'என் செல்லமகள்.. எப்படியெல்லாம் தவிக்கிறாள்..?'

அதை வெளியே.. காட்டிக் கொள்ளாமல் ஆதரவாக சிரித்தபடி மகளின் புறங்கையில் தட்டிக் கொடுத்தாள்..

"குட்டிம்மா.. எதையும் நாம் நினைத்துப் பார்க்கும் விதத்தில்தான் இருக்கிறது.. உன்னை ஒன்று கேட்கிறேன்.. உண்மையான பதில் சொல்.."

"என்னம்மா..?"

"நீ விஷாலைக் காதலித்தாயா..?"

"இல்லைம்மா.."

மாளவிகா சட்டென்று பதிலைச் சொல்லிவிட்டாள்.. யமுனாவின் முகம் மலர்ந்து விட்டது..

'இது போதும்.. என் மகளின் காதலை அழித்த பாவம் எங்களைச் சேராது.. மாளவிகாவின் மனம் நிர்மலமாகவே இருக்கிறது.. அதில் வசந்தனைக் குடி வைப்பது எளிதான விசயம்தான்..'

32

"விஷால் என்னைக் கல்யாணம் பண்ணிக்க விருப்பப்படுவதா அப்பா சொன்னார்.. எப்படியும் யாராவது ஒருத்தரை கல்யாணம் பண்ணிக்கிட்டுத் தானே ஆகணும்..? ஏன் அது விஷாலாக இருக்கக் கூடாதுன்னுதான் 'ஓகே' சொன்னேன்.. மற்றபடி.. தனியாய் எதுமில்லை.."

"விஷால் கோடீஸ்வரன்தான்.. வசந்தனும் அவருக்கு குறையாத வசதியில் இருப்பவர்தான்.."

"என்னம்மா நீங்க.. பணத்தைப் பார்த்து.. அன்பு வந்தால் அதுக்கு அர்த்தமே வேற.. நீங்க என்னை என்னன்னு நினைச்சீங்க.."

"இல்லை.. விஷால் சென்னையில் இருக்கிறார்.. நம்ம மாப்பிள்ளை ஊட்டி எஸ்டேட்டில் இருக்கிறார்.. இயற்கையை இரண்டு வாரத்திற்கு நாம் ரசிக்கலாம்.. அதற்கு மேல் போரடித்து விடும்.. நீ சென்னையில் பிறந்து வளர்ந்தவள்.. சிட்டி லைஃபை நினைத்து ஏங்கி விடக் கூடாது.."

மாளவிகா யோசனையாக இருக்கவும்..

"என்ன யோசனை கண்ணம்மா..?" என்று யமுனா கேட்டாள்..

"அவரும் இதே போல்தான் பேசினார்.. அப்போ அது புரியவில்லை.."

"இப்போ.. புரிகிறது.."

"என்ன பேசினார்..?"

"அவனாக இருந்தால் இப்படிப் பேசுவாயா.. அப்படி.. இப்படின்னு பேசினார்.. ஒருவேளை அவர்.. விஷாலை நினைத்துக்கிட்டு பேசினாரோ.."

யமுனா மௌனித்து விட்டாள்.. மாளவிகாவின் முகம் தெளிந்து விட்டது..

"யெஸ்.. ஹண்டரெட் பெர்ஸெண்ட் அவர் விஷாலை நினைத்துத்-தான் அதைச் சொல்லியிருக்கணும்.."

"ஸோ.. நீ பேஸ் பண்ணவேண்டிய பிரச்னைகளில் இன்னும் ஒன்று கூடுகிறது.."

"ம்ம்ம்.."

"ஒன்றை மட்டும் மனதில் வைத்துக் கொள் மாளவிகா.. உன் வாழ்க்கை இனி வசந்தனோடுதான்.. இதில் நீ ஜெயித்துக் காட்டினால் நானும்.. உன் அப்பாவும்.. சந்தோசப் படுவோம்.. ஒருவேளை.."

தோல்வியைப் பற்றிப் பேச முடியாமல் யமுனா கண்கலங்க அவள் கையை பிடித்துக் கொண்டு அமைதிப் படுத்தினாள் மாளவிகா..

கணநேரத்தில் சுதாரித்துக்கொண்டு புன்னகைத்தாள் யமுனா..

"வசந்தனுக்கு அன்பைக் காட்டத் தெரியாது.. அது அவரின் குற்-றமில்லை.. தாய்தான் அதை அவருக்கு உணர்த்தியிருக்க வேண்டும்.. பூங்கொடியின் கதைதான் உனக்குத் தெரியுமே.. இனி அதைப் பற்றிப் பேசி ஆகப் போவதில்லை.."

வாசல் பக்கம் பேச்சுச் சத்தம் கேட்கவும்.. இருவரும் திரும்பிப் பார்த்-தார்கள்.. எஸ்டேட்டின் மேனேஜருடன் பேசிக் கொண்டிருந்த வசந்தனும் அவர்களைப் பார்த்தான்..

"மாப்பிள்ளை வந்துவிட்டார்.. போய் அவரைக் கவனி.."

"இது லன்ச் டயமில்லையேம்மா.."

"பரிமாற மட்டும்தான் பெண்டாட்டியா..? இப்படி இருந்தால் எப்படி மாளவிகா..? போ.. போய்.. அவருக்கு ஜூஸ்.. வேண்டுமான்னு கேளு.."

"ஊட்டிக் குளிரில் ஜூஸா.."

"அப்போ.. சூடா காபி வேணுமான்னு.. கேட்கலா மில்லையா..?"

"உன்கூடப் பேசிக்கிட்டிருக்கேனேம்மா.."

"மாப்பிள்ளை கூடப் பேசிப்பழகு.."

யமுனா முதுகைப் பிடித்துத் தள்ளாத குறையாக மாளவிகாவை விரட்டினாள்.. வேறு வழியில்லாமல் எழுந்து மாளவிகா வீட்டுக்குள் போனாள்.. அவள் போவதை ஓரக்கண்ணால் பார்த்த படியே மேனேஜ-ரிடம் பேசிக் கொண்டிருந்த வசந்தன்.. அவனை அனுப்பிவிட்டு.. வீட்-டுக்குள் நுழைந்தான்.

'எங்கே இவ..? இப்பத்தானே வீட்டுக்குள்ள வந்தா..?' அவன் விழிகள் அவளைத் துழாவின..

சமையலறையில் இருந்து காபிப் கோப்பையுடன் மாளவிகா வெளிப்படவும்.. ஆச்சரியப்பட்டுப்போனான்..

"இதைப் பாருடா.. இவளுக்கு இதுகூடத் தெரியுதே.."

அவளைப் பாராததைப் போல அவன் மாடியேற..

'இனி இவன் பின்னால்.. ஓடணுமா..' என்று மனதிற்குள் சலித்துக் கொண்டபடி.. மாளவிகா அவனைப் பின் தொடர்ந்தாள்..

அறைக்குள் நுழைந்தவன்... முன்னறையில் இருந்த சோபாவில் கால் மேல் கால் போட்டுக் கொண்டு அமர..

'பெரிய சக்ரவர்த்தின்னுதான் மனசுக்குள்ள நினைப்பு..' என்று எரிச்சல்பட்டபடி அவனிடம் காபிக் கோப்பையை நீட்டிhள் மாளவிகா..

"என்னடி இது..?" அவன் அமர்த்தலாக வினவினான்.

'இதுகூடத் தெரியலையா..?' அவள் மனதிற்குள் பல்லைக் கடித்தாள்..

"காப்பி.."

"நான் கேட்டேனா..?"

"கேட்டால் தான் கொடுக்கணுமா..? நானாகக் கொடுக்கக்கூடாதா..?"

அவளது கேள்வியில் கிளர்ந்தவன்.. அவள் கையிலிருந்த காபிக் கோப்பையை வாங்கி.. அருகிலிருந்த டீப்பாயின் மேல் வைத்துவிட்டு அவளை இழுத்து இருக்கிக் கொண்டு காதோரமாக கேட்டான்..

"கேட்காமல் இதை மட்டும்தான் கொடுப்பியா..?"

33

மாளவிகா.. வெறுப்புடன் விலக யத்தனித்தாள்.. அவள் மனதிற்குள் யமுனாவின் முகம் தோன்றியது..

"அவரைக் காதலித்துப் பார்.. எளிதாக இந்தப் பிரச்னையை சமாளித்து விடுவாய்..!"

முகம் சுளிக்கப் போன மாளவிகா நிதானித்தாள்.. அவளது காதோரமாக வினவிய.. அவனது மீசையின் ரோமம்.. காதில் உராய்வதை.. கண்மூடி.. உணர முற்பட்டாள்.. அவனது இறுக்கிய கரங்களில் வலிமையை ரசிக்க முனைந்தாள்.. அவளது உடலோடு உராய்ந்து கொண்டிருந்த அவனது ஆண்மையை.. அவளது உடல் உணர ஆரம்பிக்க.. அவளுக்குள் ஓர் ரசாயண மாற்றம் நிகழ்ந்தது..

கண்மூடி அவனது தொடுகையை ரசிக்க ஆரம்பித்த போது.. மாளவிகாவிற்கு ஏனோ.. விலகத் தோன்றவில்லை.. சற்று நேரத்திற்கு முன்னால்.. அவள் மனதில் தோன்றியிருந்த வெறுப்பு போன இடம் தெரியவில்லை.. மாயமாய் மறைந்துவிட.. அவள் வெட்கத்துடன் முகம் மூடி நகைத்தாள்..

வசந்தன் பிரமித்து விட்டான்.. மூடிய விரல்களின் இடுக்கில் அவனைப் பார்த்தவளின் கண்களில் தெரிந்த அழைப்பைக் கண்டதும் கிறங்கி விட்டான்..

"ஏய்ய்.."

அவன் ஆர்வத்துடன் அவளது கரம் விலக்கி.. முகம் பார்க்க.. அவள் முகம் சிவந்தாள்..

"என்னடி..?" அவன் தாபத்துடன் வினவிய போது.. அவள் சட்டென்று அவன் கன்னத்தில் முத்தமிட்டுவிட்டு..

"கேட்காமல்.. இதையும் கொடுப்பேன்.." என்று சொன்னாள்..

"மாளவிகா.."

அவன் கரை உடைந்த வெள்ளமாக அவளை ஆக்ரமித்தான்.. அவள் விலகி.. எழுந்து கொள்ள.. அவள் கைபிடித்து நிறுத்தி அவளை தூக்கிக் கொண்டான்..

"காபி வேண்டாமா..?" அவள் கொஞ்சினாள்..

"வேறொன்னு வேண்டும்.."

அவன் வேண்டியதை கொடுத்தபோது.. முதல் நாள் இரவில் எழுந்த கசப்புணர்வு மாளவிகாவிற்குள் எழவில்லை.. அவனது தொடுகையில் கண்மூடித் தன்னையறியாமல் கிறங்கியவள்..

'நீ புத்திசாலிம்மா..' என்று மனதிற்குள் சொல்லிக் கொண்டாள்.. வசந்தன்.. பகை முடிக்க அவளை மணந்த கதையை மறந்தவனாக.. அவளுக்குள்ளே மூழ்கி முத்தெடுத்துக் கொண்டிருந்தாள்..

சற்று நேரத்தில்.. குளித்து முடித்த புத்துணர்வுடன்.. வேறு உடையில் வந்த மகளின் முகத்தில் தெரிந்த மலர்ச்சியைக் காணாததைப் போலக் கண்ட யமுனா.. மனதிற்குள் சிரித்துக் கொண்டாள்..

'இனி.. மாளவிகா.. வசந்தனின் தொடுகையை வெறுக்க மாட்டாள்..'

மதிய உணவு நேரத்தின்போது.. யமுனா சொல்லாமலேயே.. மாளவிகா வசந்தனுக்கு உணவு பரிமாற ஆரம்பிக்க.. மனம் குளிர்ந்து போனவனாக.. வசந்தன்.. ஓரக்கண்ணால் மனைவியை ரசித்தபடி சாப்பிட ஆரம்பித்தான்..

அதைக் கண்ட அகிலாண்டத்தின் முகத்தில் கோபக்கனல் வந்தது..

"அப்படியே அத்தைக்காரியைப் போல.. புருஷனை வளைச்சுப் போட்டுக்கப் பார்க்கிறா பாரு.. எங்கிட்டுத்தான்.. இம்புட்டு வித்தையைக் கத்துக்கிட்டு வந்திருக்கு துகளோ.."

வசந்தன் தன் கையிலிருந்த நழுவி.. பெண்டாட்டியின் கைக்குள் போய் விடுவானோ என்று அகிலாண்டம் கவலைப் பட்டுப் போனாள்..

பூங்கொடி.. கணவனின் முகத்தைத் திரும்பிக் கூடப் பார்த்ததில்லை.. அவள் கையில் பிரசன்னா பச்சைத் தண்ணீரைக் கூடக் குடித்ததில்லை.. ஆனாலும் பிரசன்னா அவள் மேல் பைத்தியமாக இருந்தான்.. இத்தனைக்கும் அவன் பெண்களை அறியாதவன் அல்ல..

இவளும் அப்படி இருப்பாள் என்றுதான் அகிலாண்டம் நினைத்தாள்.. ஆனால்.. மாளவிகா அவளது கணிப்பை முதல் நாளிலேயே தவிடு பொடியாக்கி விட்டாள்..

"பிரசன்னா.. நாங்க ஈவினிங் சென்னைக்கு கிளம்புகிறோம்.."

"இன்னைக்கேவா டாடி.." மாளவிகா ஏக்கத்துடன் கேட்டாள்..

"ஆமாண்டா செல்லம்.. அங்கேயும் பார்க்க வேண்டிய வேலைகள் இருக்கே.. அப்புறம் பிரசன்னா.. மாப்பிள்ளையும்.. மாளவிகாவையும் மறுவீட்டு விருந்துக்கு எப்ப வருகிறாங்கன்னு நீ கேட்டுச் சொன்னால் தேவலை.."

பிரசன்னா வசந்தனின் முகம் பார்த்தான்.. அவன் பதில் சொல்லாமல்.. சாப்பாட்டிலேயே குறியாக இருந்தான்..

34

"வசந்த்... உன்னைத்தான்..." பிரசன்னா கண்டிப்புடன் அழைத்தான்..

"சொல்லுங்க.."

"உன் மாமா சொல்வதைக் கேட்டாயில்லையா..?"

"காதில் விழுந்தது.."

"நீயும்.. மாளவிகாவும் எப்போது.. மறுவீட்டு விருந்திற்குப் போகப் போகிறீங்க..?"

"மறுவீடெல்லாம் எனக்கு வேண்டாம்.. என்வீடே எனக்குப் போதும்.."

"இதுக்கு என்னடா அர்த்தம்..?"

"மறுவீட்டு விருந்துக்கு போக முடியாதுன்னு அர்த்தம்.."

"மாளவிகாவையாவது நினைத்துப்பாருடா.."

"இதில் அவளை நினைக்க என்ன இருக்கு..?"

"அவளுக்குத் தாய்வீட்டு விருந்திற்குப் போக ஆசையாயிருக்காதா..?"

"இருக்கக் கூடாது.."

வசந்தன் அதற்கு மேல் பேச எதுவுமே இல்லை என்பதைப் போல எழுந்து சென்று விட்டான்..

'பயல்.. அப்படியொன்னும் பெண்டாட்டிக்கிட்ட மயங்கிடலை..'

அகிலாண்டத்தின் முகத்தில் வெற்றிக் களிப்பு அப்பட்டமாகத் தெரிவதை அதிர்ச்சியுடன் பார்த்தாள் மாளவிகா..

'பொறுமையாய் இரு..' யமுனா கண்ஜாடை செய்தாள்..

"இந்தம்மாதான்.. அடுத்து நீ சமாளிக்க வேண்டிய பிரச்னை.." என்று மகளைத் தனிமையில் அழைத்துச் சொன்னாள்..

"எப்படிம்மா..? அந்தம்மாவைப் பார்த்தாலே சூனியக்காரியைப் போல இருக்கே.."

"நீ தேவதை மாளவிகா.. சூனியக்காரியைச் சமாளிக்க மாட்டியா..?"

"அவர் மறுவீட்டு விருந்துக்கு வரமாட்டேன்னு சொல்கிறாரே.."

"நீ நினைத்தால் அவரை வரவழைக்க முடியுமே.."

"எப்படிம்மா..?"

"அது உன் சாமர்த்தியம்.."

"நான் சொன்னால் அவர் கேட்பாரா..?"

"கேட்க வை.. நீ அவரோட பெண்டாட்டிதானே.. உனக்குன்னு ரைட்ஸ் இல்லையா..?"

"ஒரே நாளில் என்ன சாதிக்க முடியும்..?"

"எவ்வளவோ சாதிக்கலாம்.."

மாளவிகா மனக்கிலேசத்துடன்.. மாடியேறி.. வசந்தனின் அறைக்குள் நுழைந்தாள்.. அவன்.. மதிய உணவு உண்ட களைப்பால்.. கட்டிலில் படுத்து கண் மூடியிருந்தான்..

அருகில் போய் அவள் நிற்கவும் லேசாக கண்விழித்துப் பார்த்தான்..

"என்னங்க.." என்று மாளவிகா.. ஆரம்பித்தாள்..

"ரோட்டில் போகிறவனைக் கூப்பிடுவதைப் போல.. கூப்பிட்டு வைக்-காதேன்னு உனக்கு காலையிலேயே சொல்லிட்டேன்.."

"வேற எப்படிக் கூப்பிடுவேன்..?"

"அதையும் காலையிலேயே.. சொன்னதாக நினைவு.."

"அத்தான்னு கூப்பிடச் சொன்னதா எனக்கும் நினைவு.."

"குட்.. உனக்கு மறதியில்லை.. ஞாபகசக்தி இருக்கு.."

"அத்தான்.."

குழைவாக அழைத்தவள்.. அதை நாடகபாணியாய் உணர்ந்தவளாய் 'களுக்' கென்று சிரித்தாள்..

வசந்தனுக்கும் அவனையறியாமல் சிரிப்பு வந்து விட்டது..

"என்ன விசயம்..?" என்றான்..

"ப்ளீஸ்.."

"என்னன்னு சொல்லு.."

"எனக்காக.. ப்ளீஸ்.."

"என்னன்னு சொல்ல மாட்டாயா..?"

"கல்யாணமான பின்னால்.. முதல் முதலாக.. உங்க பெண்டாட்டிங்கிற உரிமையோடு கேட்கிறேன் அத்தான்.. ப்ளீஸ்.."

வசந்தன் இப்போது முழுவதுமாக கண் திறந்து மாளவிகாவைப் பார்த்தான்.. எழுந்து முதுகிற்கு அணைவாக தலையணையைக் கொடுத்து - கால்களை நீட்டி அமர்ந்து கொண்டான்..

கிடைத்தது வாய்ப்பென்று மாளவிகா அவனருகில் அமர்ந்து கொண்டு அவன் முகம் பார்த்தாள்...

"சென்னைக்கு போக முடியாது மாளவிகா.."

அவள் என்ன கேட்கப் போகிறாள் என்று யூகித்து பதில் சொன்ன கணவனின் புத்திசாலித்தனத்தை மெச்சிய புன் முறுவல் ஒன்று அவள் இதழ்களில் உதிர்த்தது..

அதை அவனும் கவனித்து விட்டான்.. அவன் கண்கள் மின்னின.. "அதைத்தவிர வேறு.. எதை வேண்டுமானாலும் கேள்.. தருகிறேன்.."

மாளவிகாவிற்கு அவன் பதில் சொல்லிய விதம் மிகப் பிடித்துப் போய்விட.. அவள் நகர்ந்து அவன் மார்பில் தலை வைத்துக் கொண்டாள்..

அதைக் கொஞ்சம் கூட எதிர்பார்த்திராத வசந்தன் கிளர்ந்துப் போனான்.. அவளது கூந்தலில் முகம் புதைத்துக் கொண்டவனின் மனம் லேசாகிவிட்டது..

"எங்கள் ஏரியாவில் இருக்கிறவங்க.. என் பிரண்ட்ஸ்.. இன்னும் எனக்குத் தெரிஞ்ச நிறையப் பேருக்கு.. இவர்தான் என் ஹஸ்பெண்டுன்னு நான் உங்களை அறிமுகப் படுத்தனும்னு ஆசைப்படுகிறேன்.."

இந்தப் பதில்.. ஏதோ ஒருவகையில் அவனுக்கு இதத்தை கொடுத்துவிட அவன் கண் மூடி யோசித்தான்..

"ஓகே.. நாம் சென்னைக்குப் போகலாம்.."

35

பெட்டியில் துணிகளை அடுக்கிக் கொண்டிருந்தாள் யமுனா.. உள்ளே வந்த சங்கர் மனைவியின் முகம் பார்த்தான்.. அமைதியாகத் தெரிந்த அவள் முகத்திலிருந்து எதையும் கண்டுபிடிக்க அவனால் முடியவில்லை.. அறைக் கதவை மூடிவிட்டு.. அவளுக்கருகில் வந்தான்..

"ஐ ஆம் ஸாரி.."

"எதுக்கு..?"

"உன் மகளை துன்பக் கடலில் தள்ளி விட்டதற்கு.."

"அவள் உங்கள் மகள்.."

"பெற்றவள் நீ தானே.."

"அதற்காக.. அவளை சம்சாரக்கடலில் தள்ளி விட்டிருப்பதை வேறாக சொல்லி மன்னிப்பு கேட்க வேண்டாம்.."

"தெரிந்தே அவளை இந்த நிலைக்கு ஆளாக்கி விட்டேன்.."

"அவள் நிலைமைக்கு என்ன குறைச்சல்..?"

"யமுனா.."

"ஒரு குடிசையைக் கூட.. மாளிகையாக்கிக் காட்ட ஒரு மனைவிக்குத் தெரியும்.. இது மாளிகை.. இதை தேவலோகமாக்கி என் மகள் வசந்தனுக்குக் காட்டுவாள்.."

சங்கர் மனைவியின் முகத்தையே பார்த்தான்..

"என்ன பார்வை.. ஒருவிதமாக இருக்கு..?" யமுனா அவன் கன்னத்தில் தட்டினாள்..

"பயமாயிருக்கு யமுனா.. என்னை நினைத்துக்கிட்டு என் மகளை இன்னும் என்னவெல்லாம் கொடுமை செய்வாரோன்னு பயமாய் இருக்கு.."

"ஊஹூம்..? அவ்வளவு பயப்படுகிறவர்... மணமேடையில் மாலையும்.. கழுத்துமாக இருக்கிற பெண்ணை எழுந்து வான்னு சொல்லியிருக்கக் கூடாது.."

"நான் என்னடி செய்ய..? அவர் என் தங்கையின் மகன்.."

"தெரியுதில்லை.. அவர் உங்க மகளைக் கொன்று புதைத்தாலும் பரவாயில்லைன்னு.. தெரிந்துதானே அவளை உங்க தங்கை மகனுக்குத் தாரைவார்த்துக் கொடுத்தீங்க..? இன்னும் என்ன பேச்சு வேண்டிக் கிடக்கு..?"

"தெரிந்துதான் கல்யாணம் பண்ணிக் கொடுத்தேன்.. ஆனால் பெற்ற மனசு.. பதறுதேடி.."

யமுனா பேசாமல் வேலையைத் தொடர்ந்தாள்.. கட்டிலில் அமர்ந்த சங்கர் தலையைப் பிடித்துக் கொண்டான்..

"மறுவீட்டு விருந்துக்கு வர மாட்டேன்னு சொல்லிட்டார்.. இனி என் மகளை என் கண்ணிலேயே காட்ட மாட்டாரோன்னு மனசு பதறது யமுனா.. உனக்கு.. அந்தப் பயமில்லையா..?"

"ஊஹூம்.."

"எப்படிடீ உன்னால்.. இவ்வளவு அமைதியாய் இருக்க முடியறது..?"

"உங்களுக்குக் கழுத்தை நீட்டியிருக்கிறேனே.. அதனால்தான்.."

"மாளவிகா இல்லாத வாழ்க்கையை நான் எப்படி வாழப்போகிறேன்..?"

"பெண்பிள்ளையைப் பெற்றுவிட்டால் அப்படித் தான்.. அவள் என்றைக்கு இருந்தாலும்.. இன்னொரு வீட்டில் போய் வாழ வேண்டியவள்தானே.."

"அதற்காக.. மாதத்திற்கு ஒருதடவையாவது பார்க்க முடிய வேண்டாமா..?"

"ஏன் பார்க்க முடியாது..? நாளைக்கோ.. இல்லை.. அதற்கு மறுநாளோ.. என் மகள் மறுவீட்டு விருந்துக்கு வருவாள்.. அதற்கடுத்துத் தலை தீபாவளி.. அப்புறம் தலைப் பொங்கல்.. அப்புறம் அடுத்தடுத்து விசேஷம் வரும்.. மாளவிகாவும் நம்மைத் தேடி வருவாள்.."

"ஏண்டி வீண் கனவு காண்கிற..? மறுவீட்டு விருந்துக்கே இங்கே வருகிற வழியைக் காணோம்.. இவ.. தலைத் தீபாவளி வரைக்கும் போய் விட்டாள்.."

அறைக் கதவைத் திறந்து கொண்டு மாளவிகா.. உள்ளே வந்தாள்.. அவளைக் கண்டதும்.. குற்ற உணர்வோடு தலை கவிழ்ந்து கொண்டான் சங்கர்..

"அம்மா.. நாளைக்கு மாமாவோட பூர்வீக கிராமத்துக்கு போகணு-மாம்.. அங்கே குலதெய்வத்தைக் கும்பிடணுமாம்.."

"அதுதான் முறை மாளவிகா.."

"நாளைக்கு மறுநாள் எஸ்டேட்டை சுற்றிப் பார்க்கணுமாம்.. அங்கே தோட்டத்தில் வேலை செய்கிறவங்களுக்கு.. துணிகள் கொடுத்து விருந்து கொடுக்கணுமாம்.."

"அதுவும் முறைதானே.. அவங்க முதலாளியின் கல்யாணமாச்சே.."

"அதனால்.. மூன்று நாள்கள் கழித்து நாங்க மறுவீட்டு விருந்துக்கு சென்னைக்கு வருவோம்.."

மாளவிகா சொல்வதை 'யாருக்கு வந்த விருந்தோ..' என்று கேட்டுக் கொண்டிருந்த சங்கர்..

"என்னது..?" என்று ஆச்சரியத்துடன் தலை நிமிர்ந்தான்.. யமுனா அவனைப் பார்த்து..

'நான் சொல்லவில்லை..' என்று விழிகளால் வினவியபடி புருவம் உயர்த்தினாள்..

"நாங்க மறுவீட்டு விருந்துக்கு வருகிறோம்மா.."

மகள் அடி எடுத்து வைத்திருக்கும்... முதல் வெற்றிப்படி இது என்ற உணர்வுடன் பெருமையாக மகளைப் பார்த்துச் சிரித்தாள் யமுனா..

வேம்பையும் விரும்பிச் சுவைத்தால் அது கரும்பாக மாறிவிடும் தானே..

36

குன்னூருக்கு அருகிலிருந்தது அந்தக் கிராமம்.. மலைவாழ் கிராமத்தின் அனைத்து அம்சங்களையும் தன்னுள் அடக்கிக் கொண்டிருந்தது..

பெரிய ஜன்னல்கள்.. இல்லாமல்.. இரண்டடுக்கில் அமைந்த பிரசன்னாவின் மாடிவீடு.. மரக் கதவுகள்.. மாடிக்குச் செல்லும் மரப் படிக்கட்டுகள்.. மரக்கூறை.. என்று மரத்தாலேயே இழைக்கப்பட்டிருந்தது..

அதை வியப்புடன் பார்த்த மாளவிகா.. வசந்தனிடம் அதைக் கூறவும்.. அவன் கண்களில் பாராட்டுத் தெரிந்தது..

"குளிர் பிரதேசம்டி.. மரம்.. குளிரைக் குறைக்கும்.."

"அப்படியா..?"

"வேறொன்னு கூட குளிரைக் குறைக்கும்.."

"எது..?"

அறிந்து கொள்ளும் ஆர்வத்தில் கேட்டாள்.. வசந்தன் அவளது காதோடு கூறியதில் முகம் சிவந்து..

"ச்சை.." என்றாள்..

வசந்தன் பலமாகச் சிரித்தான்..

"என்ன.. பேராண்டி இந்தச் சிரிப்பு சிரிக்கிறாரு..?" என்று கேட்டாள் வயதான ஒரு பாட்டி..

"ஒண்ணுமில்லை பாட்டி.."

"ஒண்ணுமேயில்லையா.. இன்னைக்கு எனக்கு தலை நரைச்சுத் தடியூண்டிக்கிட்டு இருக்கேன்.. ஒரு காலத்தில் நானும்.. உன் வயசை கடந்து வந்தவள்தாய்யா.. உங்க தாத்தா சொல்லாத ரகசியமா..?"

அந்தப் பாட்டி நொடித்துக் கொண்டே போக..

"பாட்டி போடற போட்டைப் பார்த்தியா..?" என்றான் வசந்தன்.. மாளவிகா ஆச்சரியத்துடன் ரசித்துச் சிரித்தாள்..

"இப்படிப் பேசுகிற பாட்டிகளும் இருக்கிறாங்களா..?" என்றாள்..

"இதுக்கு மேலே பேசுகிற பாட்டிகளும் இருக்கிறாங்க.. நீ பார்க்கத்-தானே போகிற.."

வசந்தன் இதைச் சொல்லி வாயை மூடுவதற்குள் வேறொரு பாட்டி அருகே வந்து சேர்ந்தாள்..

"என் பேத்திக்கு.. புருஷன்கிட்ட எவ்வளவு ரகசியம் பேசினாலும் தீரவே தீராது போல.." என்று அவள் சொல்லி வைக்க..

"கேட்டாயா.." என்று கண் சிமிட்டினான் வசந்தன..

"ஹைய்யோ.. எல்லாமே தூள் பாட்டிகதான் போங்க.." என்று கன்-னத்தில் கை வைத்து அதிசயித்தாள் மாளவிகா.

"நீயும் வா.. போகலாம்.."

"எங்கே..?"

"வேறு எங்கே.. நம்ம குலதெய்வத்தின் கோவிலுக் குத்தான்.."

"நம்ம குலதெய்வம்..?"

மாளவிகா சிலிர்த்துப் போனாள்.. இனி அவன் வீடுதான் அவள் வீடு.. அவனது குல தெய்வம்தான் அவளது குலதெய்வம்.. அவன்தான் அவளுடைய முகவரி.. அவனே.. அவளது வாழ்க்கை..

மாளவிகா நகர்ந்து.. வசந்தனின் சட்டையை கொத்தாகப் பிடித்தாள்.. அவன் புருவம் உயர்த்தினான்..

"என்ன கேள்வி கேட்கப் போகிற..?"

"கேள்வியா..?" மாளவிகா திகைத்தாள்..

"சட்டையை இந்தப் பிடி பிடித்திருக்கயே.. அதான் கேட்டேன்.."

"சட்டையைப் பிடித்தால்.. கேள்விதான் கேட்கணுமா..?"

"ஆமாம்.. சட்டையைப் பிடித்துக் கேள்வி கேட்டேன்னு நிறையப் பேர் சொல்லி.. நீ கேட்ட தில்லையா..?"

"இல்லை.."

அவள் அவனுடைய சட்டையை இன்னும் இறுக்கி பிடித்து அருகே அவனை இழுத்து.. முகர்ந்தாள்..

"என்னடி.." அவன் கிறங்கினான்..

"என்னவோ.. எனக்கு உங்களைக் கட்டிக்கணும் போல இருக்கே.."

அவள் சொல்லி வாய் மூடுமுன்.. வசந்தனின் கரங்கள் அவளை வளைத்தன.. அவளது.. இதழ் தேடி குனிந்த அவனது இதழ்களை ஆவலுடன்.. அவளுடைய இதழ்கள் எதிர் கொண்டன..

"பேராண்டி.." அறை வாசலில் சத்தம் கேட்கவும்..

"இந்தப் பாட்டிகளின் லொள்ளு.. பெரிய லொள்ளாகப் போய்விட்-டது.." என்று அலுத்துக் கொண்டே.. விலக மனமில்லாமல் விலகினான் வசந்தன்..

குலதெய்வத்துக்கு பொங்கல் வைக்க வேண்டுமென்று எல்லோரும் சொல்லிவிட.. மாளவிகா கை பிசைந்தாள்..

"என்ன விஷயம்.." வசந்தன் அவள் காதோரமாக கேட்டான்..

"எனக்கு சமைக்கத் தெரியாதே.."

"சாப்பாடு மட்டும் பரிமாறத் தெரியும் போல..?"

"அதுவும் இந்த இரண்டு நாள்களாகத்தான் தெரியும்.." தயக்கத்துடன் அவள் கூறிய விதத்தில் வசந்தன் சிரித்தான்.

"என் பேராண்டிக்கு... பெண்டாட்டி எதைச் சொன்னாலும்.. சிரிப்புத்-தான்.."

அங்கிருந்த பாட்டிகளின் பட்டாளத்தில்.. ஒரு பாட்டி.. இன்னொரு பாட்டியிடம் சொல்ல ஆரம்பிக்கவும்.. வசந்தன் வாய் மூடிக் கொண்-டான்..

"என்னப்பா.. உன் பெண்டாட்டி என்ன சொல்கிறா..?" அருகே நகர்ந்து வந்த அகிலாண்டம் வினவினாள்..

"இவளுக்கு சமைக்கத் தெரியாதாம் பாட்டி.."

"கிழிஞ்சது போ.. குலசாமிக்குப் பொங்கலை.. வீட்டுக்கு வந்த மரு-மகள்தான் வைக்கணும்.. உங்க தாத்தனைக் கட்டிக்கிட்டு வந்த பாட்டி வைச்ச பொங்கல்தான்.. அதுக்கடுத்து உன் பரம்பரையில் யாருமே பொங்கல் வைக்கலே.."

'தாத்தாவுக்கு அடுத்து.. அப்பாதானே.. இதில் எத்தனை நூற்றாண்-டுகள் வருதுன்னு இந்தக் கிழவி பரம்பரையை இழுக்குது..'

மாளவிகா எரிச்சல்பட்டாலும்.. வசந்தனின் முகம் இறுகிவிட்டதை கவனித்துவிட்டாள்.

அவனைப் போலவே அதைக் கவனித்து விட்ட அகிலாண்டம்.. மேலும்.. மேலும்.. தூபம் போட ஆரம்பித்தாள்..

"உன் அப்பாவைக் கட்டிக்கொண்டு வந்த.. இந்தப் பெண்ணின் அத்-தைகாரி.. வீட்டை விட்டு வெளியில் நகரமாட்டா.. ஆக.. அவளும் பொங்கல் வைக்கலை.. இப்போ நீ கட்டிக்கிட்டு வந்திருக்கிற இந்த மகராசிக்கும் பொங்கல் வைக்கத் தெரியாதாம்.. இது எங்கே கொண்டு

போய் விடுமோ தெரியலையே.. ஆத்தா.. மகமாகி.. ஆயிரம் கண்ணுடையவளே.. நீயே கதி.. எல்லாத்தையும் மன்னிச்சு.. எல்லாத்தையும் பொறுத்துக்கிட்டு.. நீதான் எங்களைக் காப்பாத்தணும் ஆத்தா.."

அகிலாண்டம் ஆடிய ஆட்டத்தில் அவள் மேல் சாமியே வந்து இறங்கிவிடும் போல இருக்க..

'ஊஹூம்.. இந்த ஆட்டத்தை உடனே நிறுத்தி யாகணும்..' என்று யோசித்த மாளவிகா.. பாட்டிகளின் பட்டாளத்தைப் பார்த்தாள்.. சேலையை இழுத்துச் செருவிக் கொண்டு களம் இறங்கினாள்..

"கேஸ் ஸ்டவ் எங்கே பாட்டி.."

"கேஸ் ஸ்டவ்.. இங்கே மூணு கல்லைச் சேர்த்துப் போட்டு விறகைப் பத்த வைத்தால்தான் கேஸ் ஸ்டவ்.."

அகிலாண்டம் குத்தலாகக் கூற.. சட்டை செய்யவில்லை மாளவிகா.

37

"என்ன பாட்டி.. உங்க வீட்டு மருமகளுக்கு நீங்களெல்லாம் ஹெல்ப் பண்ண மாட்டீங்களா..?"

மாளவிகா கொஞ்சலாகக் கேட்ட விதத்தில்.. எல்லாப் பாட்டிகளும் போட்டி போட்டுக் கொண்டு 'நான்.. நீ..' என்று உதவிக்கரம் நீட்டினார்கள்..

"கல்லை இப்படிப் போடணும்.."

"இப்படியா..?"

மாளவிகா வரிசையாக மூன்று கல்லையும் வைத்துக் காண்பிக்க.. அதைக் கண்டு விழுந்து.. விழுந்து சிரித்து விட்டு..

"இப்படி வைக்கணும்.."

என்று ஃ வடிவத்தில் கற்களை வடிவமைத்துத் தந்தார்கள்..

'வெல்.. அடுப்பு ரெடி..'

"அப்புறம் பாட்டி... விறகை என்ன செய்யணும்..?"

"குழி வெட்டி நட்டு தண்ணீர் ஊற்றணும்.."

"அப்படிச் செய்தா என்ன ஆகும்..?"

"ஊம்.. செடி வளரும்.. நகரு சொல்கிறேன்.."

அந்தப் பாட்டி விறகைப் பற்ற வைக்க.. இன்னொரு பாட்டி புதுப் பித்தளைப் பொங்கல் பானையில் தண்ணீரும் பாலும் நிரப்பிக் கொண்டு வந்தாள்..

"இந்தாம்மா புது மருமகளே.. இதை நீதான் அடுப்பில் வைக்கணும்.."

அடுத்து பாட்டிகளுடன் கலந்து பேசி சிரித்தபடி.. மாளவிகா பொங்கலை வைத்து முடித்துவிட்டாள்..

"எப்படி..?" என்று கணவனைப் பார்த்து அத்தனை பேரின் மத்தியிலும் கண்சிமிட்ட வேறு செய்தாள்..

வசந்தனுக்கு 'ஜில்'லென்று ஆகிவிட்டது.. மாளவிகாவின் புத்திசாலித்தனத்திலும்.. ரகசியக் கண் சிமிட்டலிலும் மனதைப் பறி கொடுத்தவன்.. அங்கேயே அவளை விழுங்கி விடுவதைப் போலப் பார்க்க ஆரம்பித்தான்..

"அருமையான பெண்டாட்டி வந்து உனக்கு வாய்ச்சிருக்கிறாப்பா.." அத்தனை பாட்டிகளும் ஒருமித்த குரலில் மாளவிகாவிற்கு சான்றிதழ் வழங்கியதும்.. அகிலாண்டத்தின் முகத்தில் ஈயாடவில்லை..

'யமுனாவின் பெண்ணில்லையா..'

பிரசன்னா.. மருமகளின் திறமையை மனதிற்குள் மெச்சிக் கொண்டான்..

பூஜை ஆரம்பமாகியது.. தீபாதரனை முடிந்தது.. குலதெய்வத்தை வணங்கிவிட்டு.. பிரகாரத்தை சுற்றி வரும் போது.. கணவனுடன் நெருங்கி நடந்த மாளவிகா..

'இது என்ன.. அது என்ன..' என்று சுற்றுப் புறத்தைக் காட்டி கேள்வி கேட்டுக் கொண்டிருந்தாள்..

அவள் கேட்டதற்கு பதில் சொல்லியபடி வசந்தன் மெதுவாக அவளுடன் இணைந்து நடந்தான்..

அந்த மாலை நேரம் மனதிற்கு ஓர் மயக்கத்தை தந்து கொண்டிருந்தது.. மாளவிகாவின் தலையில் சூடியிருந்த மல்லிகையின் மணம்.. அவனை ஏதோ

ஒரு புதிய உலகத்திற்கு அழைத்துக் கொண்டிருந்தது.. அவளுடைய சேலை முந்தானை காற்றில் பறந்து அவன் முகம் மூடி விலகியபோது.. அவன் கண்மூடிக் கிறங்கினான்.. கிராமப்புறத்துடன் ஒட்டாத.. அவளுடைய நாகரிகமான தோற்றம் அவளை மீண்டும்.. மீண்டும் பார்க்கத் தூண்டியது..

அன்று இரவு.. அவர்கள் பிரசன்னாவின் பூர்வீக வீட்டிலேயே தங்கினார்கள்..

இரவின் தனிமையில்.. மாளவிகாவை அணைத்துக் கொண்ட வசந்தனின் நெருக்கத்தில்.. வேட்கையைவிட ஓர்வித மயக்கம் அதிகமாக இருந்தது..

அவனது முடி கோதி விளையாடியபடி..

"இன்றைக்கு குடிக்கலையா..?" என்று சீண்டினாள் மாளவிகா..

"ஊஹூம்.."

"ஏன்..?"

"உனக்கு அது ஒரு குறையாயிருக்கா..? சொல்லு.. காரை எடுத்-துக்கிட்டுப்போய் ஒரு பெக் உள்ளே தள்ளிட்டு வருகிறேன்.."

"ஐயையோ.. வேண்டவே வேண்டாம்.."

"அந்தப் பயம் இருக்கறவ.. வாயை விடக்கூடாது.."

"தப்புத்தான் சாமி.. கன்னத்தில் போட்டுக்கறேன்.."

"நீ போட வேணாம்.. நானே போடுகிறேன்.."

வசந்தன் அவள் கன்னத்தில் முத்தமிடவும்..

"இதுதான் கன்னத்தில் போடுவதா..?" என்று மாளவிகா மலர்ந்து சிரித்தாள்..

"சிரிச்சே மயக்குடி.. இந்த மயக்கத்துக்கு முன்னால.. வேற மயக்கம் எடுபடுமா சொல்லு.."

வசந்தன் அவளுக்குள் புதைந்தான்.. அவள் விருப்பத்துடன் அவனுக்கு இணைந்து கொடுத்தாள்.. அந்த கிராமத்தின்.. பழங்கால மரவீட்டின் மாடியறைகூட.. சொர்க்கமாக மாறக்கூடும் என்று அன்று-தான் வசந்தன் கண்டு கொண்டான்..

"இது மாலை நேரத்து மயக்கம்..
பூமாலை போல் உடல் மணக்கும்..
இதழோடு இதழ் சேர - அந்த
இன்பம் தேடுது எனக்கும்.."

மாளவிகாவின் காதோரம் அவன் பாட.. அவளது.. கழுத்தைச் சுற்றி வளைத்துக் கொண்டு.. முகத்தோடு முகம் வைத்து..

"இது நைட் டைம்.. இந்தப் பாட்டை ஈவினிங் டயத்தில் பாடணும்.." என்று கிசுகிசுத்தாள் மாளவிகா..

"ஆக்சுவலா.. எனக்கு.. இன்றைக்கு ஈவினிங்கே இந்தப் பாட்டைப் பாடணும்னு தோனிருச்சு.."

"ஏன்..?"

"இன்றைக்கு ஈவினிங்கே.. என்னை மயக்க ஆரம்பிச்சுட்டடி.."

"அடேங்கப்பா.. இவர் பெரிசாய் பெண்டாட்டிகிட்ட மயங்குற ஆள்-தான்.."

"இல்லைன்னு உன் மனச்சாட்சியைத் தொட்டுச் சொல்லு.."

அவன் கழுத்து வளைவின் முகம் புதைத்து அவள் கேட்டாள்..

"அப்புறம் ஏன் பாடலையாம்..?"

"அது கோயில்.."

அன்று இரவு.. அவர்கள் தூங்க வெகு நேரமாகியது.. விடிந்தபோது.. அவனுடைய மார்பில் தலை வைத்து உறங்கிக் கொண்டிருந்த மாளவி-காவின் முகத்தைப் பார்த்தபடி கண் விழித்தான் வசந்தன்..

அவள் முகம் நிர்மலமாக இருந்தது..

'எப்படி இவளால் இப்படி இருக்க முடியுது..?' அவன் அவளையே கண் கொட்டாமல் பார்த்தான்..

'மணமேடை வரைக்கும் போய் விட்டவளை.. கல்யாணத்தை நிறுத்தி.. கத்தி முனையில் நிற்க வைத்து தாலி கட்டியிருக்கிறேன்.. சந்-தோஷமாய் என்னுடன் உறங்குகிறாளே.. இவளுக்கு என்னைப் பார்த்து.. கோபமோ வெறுப்போ.. பயமோ.. வரவில்லையா..?'

அவன் அவளது நெற்றியில் காதலுடன் முத்தமிட்டான்..

38

கண்ணுக்கு எட்டிய வரை பச்சைப் பசேலென்ற தேயிலைத் தோட்டம்.. அதை உச்சியிலிருந்து.. பார்த்த போது.. சீரான கட்டங்கள்.. சின்னச் சின்னப் பாத்திகள்.. என்று அழகாகத் தெரிந்தது...

"வாவ்.." என்று அதை ரசித்தாள் மாளவிகா..

அவளையே பார்த்துக் கொண்டிருந்த வசந்தனின் பார்வையில் ஏதோ இருக்கவும்..

'என்ன..?' என்று விழிகளால் கேட்டாள்..

"இதைப் போல.. ஒருநாள்கூட என் அம்மா வந்து இந்தத் தோட்-டங்களைப் பார்த்து ரசித்ததில்லை.."

அவன் பார்வை தொலைவில் தெரிந்த மலை முகட்டில் தேங்கி நின்ற மேகத்தின் மீது லயித்திருந்தது..

"வீட்டுக்குள்ளேயே இருப்பாங்க.. சிரிக்க மாட்டாங்க.. பேச மாட்-டாங்க.. எனக்கு அன்பாய் ஒருவாய் சாப்பாடு கொடுக்க மாட்டாங்க.. எப்போப் பார்த்தாலும் சூன்யத்தைப் பார்த்துக்கிட்டு.. த்சு.. எனக்கு வீட்-டுக்குள் போகவே பிடிக்காது மாளவிகா.."

வசந்தனின் இளமைப் பருவத்தைப் பற்றிக் கேட்கையில் மாளவிகா-வின் மனம் வேதனைப் பட்டது.. அவளுக்கு நினைவு தெரிந்த நாள் முதலாய்.. சிரித்த முகத்துடன்.. வாழ்க்கையை சிரித்தபடி எதிர்கொள்ள கற்றுக் கொடுத்த யமுனாவின் முகம் அவளுக்குள் எழுந்தது..

'இவன் பாவப் பட்டவன்..'

தாய்மையின் அருகாமை எப்படிப்பட்டது என்பதை உணர்ந்தவள் அவள்... அந்தத் தாயின் அன்பு கிடைக்காமல் போய்விட்ட கணவனின் மேல் அவளுக்குள் இரக்கம் சுரந்தது..

"பட்.. எனக்கு அம்மாவைப் பிடிக்கும்.. அவங்க என்கூடப் பேசமாட்டாங்களான்னு ஏங்குவேன்.. அவங்க பேசமாட்டாங்க.."

"அத்தையும் பாவம்தான் அத்தான்.."

"அதுக்காக மத்தவங்களை வதைக்கணுமா..? இதில் நான் இன்னும் ஆச்சரியப்படற விசயம் என்னன்னா.. என் அப்பாவுக்கு அவங்கமேல இருக்கிற காதல்..! அவங்க முகத்தைத் திருப்பிக்கிறதை அவர் மைண்ட் பண்ணிக்கவே மாட்டார்.. அவங்களையே சுற்றிச் சுற்றி வருவார்..!"

"அது ஏன்னு நீங்க ஒரு செகண்ட் யோசிச்சுப் பார்த்ததில்லையா..?"

"ஏன்..?"

"அதான் காதல்.. உங்க அப்பா.. குன்னூரில் பெரிய பணக்காரராக இருந்திருக்கலாம்.. ஆனால்.. அவரை ஊட்டியில் பெரிய எஸ்டேட்டுக்கு முதலாளியாக்கியது.. அத்தை.. அவர்மேல் காட்டிய காதல்தான்.."

வசந்தன்.. மாளவிகாவின் முகத்தையே யோசனையுடன் பார்த்தான்.. அவள் கூறிய புதிய கோணம்.. அவனுடைய சிந்தனையைத் தூண்டியது..

"அவர்.. உங்களைப் போல.. சொஸைட்டியில் பெரிய மனிதனாக அடையாளம் காணப்படலை.. அவருடைய அடையாளம் என்ன தெரியுமா..? ஐ ஆம் வெரி ஸாரி ஃபார் டு ஸே திஸ்.. அவருடைய அடையாளம் ரவுடி, பொறுக்கி அயோக்கியன்.. இதை இல்லைன்னு அவராலும் சொல்ல முடியாது.. உங்களாலும் சொல்ல முடியாது.."

வசந்தன் மௌனமாக இருந்தான்.. அவனது மௌனம் மாளவிகாவின் வார்த்தைகளை ஆமோதித்தது..

"அந்த அடையாளங்களுக்குள் இருந்த மாமாவை.. கட்டுப்பாடுகளுடன் வளர்ந்த அத்தை காதலிச்சாங்க.. அவங்க காதலினால் மாமாவின் அடையாளத்தையே மாற்றி அமைச்சாங்க.. இது ஏன் உங்களுக்குத் தெரியலை..?"

"அப்படிப்பட்ட காதலிருக்கிறவங்க ஏன் அப்பாவுடன் சந்தோஷமாக வாழலை..?"

"இல்லைன்னு உங்களுக்குத் தெரியுமா..? அவங்க வாழாமலா.. நீங்க வந்து பிறந்திருக்கீங்க..?"

"இது மட்டும் போதுமா..? வாய்விட்டு சிரிக்கத் தெரிஞ்சவங்கதான் மனுசங்க.."

"அப்படிச் சிரிக்க முடியாம சாபத்தை வாங்கின அவங்க துரதிர்ஷ்டத்தை அவங்க யாரிடம் போய்ச் சொல்வாங்க..? கட்டின கணவன் காது கொடுத்துக் கேட்பாரா..? பெற்ற மகன்தான் ஆறுதல் சொல்வாரா..? சொந்த பந்தமுன்னு எல்லோரும் இருந்தும்.. சொல்லி அழ ஆளில்லைன்னா அந்தக் கொடுமையை என்னன்னு சொல்கிறது..?"

"பிறந்த வீட்டை ஒரு அளவுக்கு மேல நினைக்கக் கூடாது மாளவிகா.. அப்பாவை காதலிச்சு கல்யாணம் பண்ணிக்கிட்டதுக்கு அர்த்தமே இல்லாம பண்ணிக் கிட்டாங்களே.."

"என்ன செஞ்சாங்க..? சொல்லுங்க.. அவங்க என்ன செஞ்சாங்க..? வீட்டை விட்டு காதல் பெரிதுன்னு உங்க அப்பாவை நம்பி அவர் பின்னால் வரலையா..? அப்படி வந்ததினால் பெத்தவங்க தற்கொலை பண்ணிக் கிட்டாங்கன்னு கேள்விப்பட்டதும் அவங்களும் தற்கொலை பண்ணிக் கிட்டிருந்தா என்ன ஆகியிருக்கும்..? அவங்க அதைச் செய்ய வில்லை.. சிரிக்க மறந்தாலும்.. உங்களுக்காகவும்.. உங்க அப்பாவுக்காகவும் உயிரோடு இருந்தாங்களா.. இல்லையா..?"

"நான் என்ன செய்தேன் மாளவிகா..? என்னை ஏன் வெறுத்து ஒதுக்கணும்..?"

"அவங்க சோகத்தின் நிழல் உங்கள் மேல் படியக் கூடாதுன்னு நினைத்திருக்கலாமில்லையா..?"

'அப்படியும் இருக்குமோ..?' என்ற யோசனையுடன் மாளவிகாவின் முகம் பார்த்தான் வசந்தன்..

"என்ன அப்படிப் பார்க்கறீங்க..?"

"நீ அம்மாவின் அத்தனை செயல்களையும் நியாயப் படுத்துகிறாய் மாளவிகா.."

"பட்.. என் அப்பாவை நான் நியாயப் படுத்தலை.."

"மாளவிகா.."

"யெஸ்.. அப்பா செய்தது தப்பு.. அதை அவரும் ஒப்புக் கொண்டுவிட்டார்.. அதற்காகத்தான் நீங்க பகை முடிக்கக் கல்யாணம் பண்ணிக் கொள்கிறேன்னு சொன்ன பின்னாலும் என்னை உங்களுக்கு கல்யாணம் பண்ணிக் கொடுத்தார்.."

"நீயும் அதற்குத் தயாராகத்தானே எனக்கு கழுத்தை நீட்டினாய்..?"

"நிச்சயமாய்.. நீங்க எனக்கு என்ன தண்டனை கொடுத்தாலும் நான் ஏற்றுக் கொள்ளத் தயாராயிருக் கிறேன்.. அதனால் உங்க மனம் நிம்ம-

தியாகும்ன்னா...

இந்த மலையுச்சியிலிருந்து குதிக்கக் கூட நான் ரெடி.."

சட்டென்று மாளவிகாவின் வாயைப் பொத்தித் தன்னோடு இறுக்கிக் கொண்ட வசந்தனின் உடல் நடுங்கியது..

"என்ன வார்த்தைகளைச் சொல்கிறயடி..?"

39

வரிசையாக வந்த எஸ்டேட் தொழிலாளிகளுக்கு அவர்களுக்கான புதுத்துணிகளை எடுத்துக் கொடுத்துக் கொண்டிருந்தாள் மாளவிகா.. அவளை ரசித்தவாறு அருகில் நின்று கொண்டிருந்தான் வசந்தன்..

"நம்ம முதலாளியம்மா.."

அந்தத் தொழிலாளிகளின் முகத்தில் தெரிந்த வாஞ்சையைக் கண்டு மாளவிகா மனம் நெகிழ்ந்தாள்..

'இவளுக்கு வந்த வாழ்வைப் பார்..'

சற்று தள்ளி நின்று கொண்டிருந்த அகிலாண்டம் வயிறு எரிந்தாள்..

"நினைத்தது ஒண்ணு..

நடந்தது ஒண்ணு..

அதனால முழிக்குது

அம்மாக் கண்ணு.."

என்ற பாடல் அவளுக்குத்தான் பொருத்தம்..

வசந்தனுக்கு திருமணமாகி.. மனைவியென்ற ஒருத்தி அந்த வீட்டிற்குள் வந்து விட்டால் அகிலாண்டத்திற்கான அதிகாரம் பறிபோய்விடும் என்பதை அவள் நன்கு அறிவாள்..

பூங்கொடிக்கு துணைக்கு இருக்கத்தான் அவள் அந்த வீட்டிற்குள் நுழைந்தாள்.. ஆனால் அவளையே தூக்கி ஓரமாய் வைத்துவிட்டு. அந்த வீட்டின் ஆட்சி அதிகாரத்தை கைப்பற்றிய பெருமை அவளையே.. சேரும்..

அகிலாண்டத்திற்கு கணவன் இல்லை.. பெற்ற மகன்களின் வீட்டில் அவள் நடத்திய குடும்ப அரசியலைத் தாங்கிக் கொள்ள முடியாத மருமகள்கள் வெளிநடப்பு செய்ய.. மனைவிகளுக்கு நியாயம் செய்ய வேண்டிய கட்டாயத்துக்கு ஆளான.. மகன்கள் மூவரும் ஒன்று சேர்ந்து..

"அம்மா.. நீ ராணி மாதிரி வாழ்ந்த ஆளு.. எங்க வீட்டில் ஏன் இடைச் செறுகா நீ இருக்கணும்.. உன் சொந்த வீட்டிலேயே ராணி போல இரு.. நாங்க மூன்று பேரும் ஆளுக்கு ஆயிரம் ரூபாய் அனுப்புகிறோம்.. எங்களால் ஆனது இது மட்டும்தான்.." என்று அவளை கிராமத்திற்கே வழியனுப்பி வைத்து விட்டார்கள்..

நன்றாக தின்று பழகியிருந்த அகிலாண்டத்திற்கு மகன்கள் அனுப்பிய.. பணம்.. வாய்க்கே பற்றவில்லை.. அப்புறம்.. வயிற்றுக்குப் போட.. அவள் எங்கே போவாள்..?

இந்தச் சமயத்தில்தான் அவளுக்கு தூரத்து சொந்தமான பிரசன்னா அவளை வீட்டோடு வந்து இருக்குமாறு அழைத்துக் கொண்டான்..

போன கொஞ்ச நாளிலேயே.. பூங்கொடியின் வாழ்க்கைச் சரித்திரத்தை அக்குவேறு.. ஆணிவேறாக ஆராய்ந்து அதில் பி.ஹெச்.டி பட்டம் வாங்கும் அளவிற்கு கை தேர்ந்து விட்ட அகிலாண்டம்.. பூங்கொடியிடமிருந்து பிரசன்னாவைப் பிரிக்க முயன்றாள்..

"ஏய்யா பிரசன்னா.. உன் சொத்து.. சுகத்திற்கு கோடீஸ்வர வீட்டுப் பெண்களையெல்லாம் கட்டிக் கொடுக்க காத்துக்கிட்டு கிடக்கிறாங்க.. நீ போய் இந்த உம்மணாம் மூஞ்சியை இழுத்துக்கிட்டு வந்திருக்கிற.. நீ இம்முன்னு ஒரு வார்த்தை சொல்லு... நம்ம சொந்தத்திலேயே பணக்கார வீட்டில் பொண்ணு கட்டி வைக்கிறேன்.." என்று தூண்டிலைப் போட்டுப் பார்த்தாள்..

"பெரியம்மா.. நீ வந்திருக்கிறது பூங்கொடிக்கு துணைக்கிருக்க.. அதை விட்டுட்டு.. எனக்கு துணை சேர்க்க ஆரம்பிச்சேன்னு வை.. உன்னை விரட்டியடிச் சுட்டு.. இந்த எஸ்டேட் எல்லைக்குள்ளேயே காலை வைக்காத அளவிற்குச் செய்து விடுவேன்.." என்று பிரசன்னா கர்ஜித்துவிட்டான்..

முதலுக்கே மோசமாகி விடப்போகிறதே என்ற கவலையுடன் வாயை மூடிக் கொண்டாள் அகிலாண்டம்..

வசந்தனிடம் அந்த மாதிரியான பிரச்னை எழும் வாய்ப்பே வரவில்லை.. அவன் பிறந்ததில் இருந்து பிரசன்னாவின் அணைப்பிலும்.. அகிலாண்டத்தின் வளர்ப்பிலும் வளர்ந்தவன்..

ஆனால்.. இங்கேயும் பிரசன்னாவின் கட்டுப்பாடு நுழைந்தது..

"பிள்ளைக்கிட்ட ஏடாகூடமாய்ப் பேசி வைத்த.. கிழவின்னு கூடப் பார்க்க மாட்டேன்.." என்று எச்சரித்து வைத்திருந்தான் பிரசன்னா..

ஏதோ அவளால் முடிந்தது.. வசந்தனின் மனதில் சங்கரின் மேல் விரோதத்தை விதைத்து வளரவிட்டது மட்டும்தான்..

திருமண வயது.. வந்தபோது.. அகிலாண்டத்தின் மனதில் வசந்தனைப் பற்றிய திட்டம் உருவானது..

சங்கரின் மகளைத் திருமணம் செய்து கொண்டு அவளைத் துன்புறுத்தித் தள்ளி வைத்து.. சங்கரைப் பழிவாங்க வேண்டும் என்ற திட்டத்தை வகுத்துக் கொடுத்தது அகிலாண்டம்தான்..

பூங்கொடியும்.. பிரசன்னாவும்.. வாழ்ந்த வாழ்க்கையை வசந்தனும் அவன் மனைவியும் வாழ்ந்தால் தானே.. அவள் எப்போது போல... வசந்தனின் மனைவியையும் தூக்கி மூலையில் வைத்துவிட்டு அந்த வீட்டில் அதிகாரமாக வலம் வர முடியும்..?

அதை விட்டுவிட்டு வேறு ஒரு பெண் வசந்தனுக்கு மனைவியாக வந்துவிட்டால்.. அகிலாண்டத்தின் கதி அதோகதியாகி விடாதா..? அவள் வசந்தனுடன் இணைந்து வாழ்ந்துவிட்டால்.. அவள்தானே அந்த வீட்டுக்கும் எஸ்டேட்டிற்கும் எஜமானியாக மாறுவாள்..?

சங்கரின் மகள் மீதான எண்ணத்தை வசந்தனின் மனதில் விதைத்து.. வளர்க்க வேண்டிய.. அவசியமே யில்லாமல் அவள் பேச ஆரம்பித்த போதே..

"மாளவிகா.. அவளுக்கு என்ன..?" என்று கேட்டு வைத்தான் வசந்தன்..

"அவள் பெயரெல்லாம் உனக்கு நினைவிருக்கா..?"

"அவளையே நினைவிருக்கு.."

அகிலாண்டம்.. தன் திட்டத்தைப் பற்றிச் சொல்லிய போது முகம் இறுகக் கேட்டுக் கொண்டான்.. அதைப் பற்றி எதுவும் பேசவில்லை..

ஒருநாள் சங்கர் மாளவிகாவின் திருமண அழைப்பிதழோடு வந்து சேரவும்.. தன் திட்டத்தில் மண்விழுந்து விட்டதே என்ற கவலையில் ஆழ்ந்தாள் அகிலாண்டம்..

ஆனால்.. அவளே எதிர்பாராத வகையில் வசந்தன் அவளுடைய திருமணத்ததை நிறுத்திவிட்டு.. அவள் கழுத்தில் தாலியைக் கட்டி மனைவியாக்கிக் கொண்டான்..

ஆஹா.. பூங்கொடியைச் செல்லாக் காசாக்கியதைப் போல இவளையும் செய்து விடலாம் என்று அகிலாண்டம் மகிழ்ந்த போது அவளையே செல்லாக் காசாக்கிவிட்டு.. மாளவிகா காலை ஊன்றி விட்டாள்..

40

"கிழக்குப் பார்த்து.. நில்லுங்கம்மா.."

மாளவிகாவையும்.. வசந்தனையும் சேர்த்து நிற்க வைத்து ஆரத்தி எடுத்து வீட்டுக்குள்.. அழைத்துச் சென்றாள் யமுனா..

"வாங்க மாப்பிள்ளை.." என்று மரியாதையுடன் வரவேற்ற சங்கரின் முகம் பார்க்காமல்..

"ம்ம்.." என்றான் வசந்தன்..

அதையே நம்ப முடியாமல் விழிவிரித்தான் சங்கர்..

"என்ன யமுனா.. மாப்பிள்ளை என்னிடம் பேசிட்டார்.." என்று மயக்கம் போடாத குறையாக மனைவியிடம் கேட்டான்..

வசந்தனும்.. மாளவிகாவும் சென்னையில் இரண்டு நாள்கள் தங்கி-யிருந்து விட்டு.. ஊட்டிக்குத் திரும்பி விட்டார்கள்..

ஊர் திரும்புவதற்கு முதல் நாள்.. மாளவிகாவிற்கு நகை வாங்கிக் கொடுக்க பிரியப்பட்டான் வசந்தன்.. அவர்கள் நகைக் கடைக்குப் போயிருந்தபோது.. விஷாலையும்.. மேகாவையும் சந்தித்தார்கள்..

"ஹாய்.. மாளவிகா.." என்ற குரல் கேட்டு தலை நிமிர்ந்த மாளவிகா சங்கடப் பட்டுப்போனாள்..

விஷால்.. அவளைப் போல் சங்கடப் படாமல் மிக இயல்பாக முகத்தை வைத்துக் கொண்டு..

"ஷி இஸ் மேகா.. மை வொய்ப்.." என்று அறிமுகப்படுத்தி வைத்-தான்...

மாளவிகாவின் முகத்தில் ஓர் நிம்மதி பரவுவதை விஷால் இனம் கண்டு கொள்ள.. மேகா.. ஓர்விதப் பொறாமையோடு மாளவிகாவைப் பார்த்தாள்..

வசந்தன் வேறு ஏதோ நகையை பார்த்துக் கொண்டு நகர்ந்து விட்-டான்.. மாளவிகா விஷாலுடன் பேசியவாறு நின்று விட்டாள்.. மேகா.. மெல்ல வசந்தனின் அருகே சென்றாள்..

"நான் சொல்கிறேன்னு தப்பா எடுத்துக்காதீங்க.. உங்க வொய்ப்பை.. என் ஹஸ்பெண்டிடம் அதிக நேரம் பேசவிடாதீங்க.. உங்க நல்லதிற்குத்-தான் சொல்கிறேன்.."

வசந்தன் அவளைப் பார்த்து புருவங்களை உயர்த்தினான்..

"ஏன் அப்படிச் சொல்கிறீங்க..?"

"அது அப்படித்தான்.. என் ஹஸ்பெண்டிற்கும்.. உங்கள் வொய்ப்புக்-கும் கல்யாணம் நடக்கிறதா இருந்தது.."

"இந்தக் கதையை என்கிட்டச் சொல்றீங்களா..? கல்யாணத்தை நிறுத்தியவனே.. நான்தானே.."

"நீங்க நிறுத்திவிட்டு உங்க வொய்பை கடத்திக் கிட்டு போய்விட்-டிங்க.. நான் இவருக்கு வொய்ப்பாகி விட்டேன்.."

"அதில் உங்களுக்கு வருத்தமா..?"

"எனக்கு வருத்தமில்லை.. என் ஹஸ்பெண்டிற்கு வருத்தம்.."

"இருக்கலாம்.. அதைப்பற்றி எனக்கென்ன வந்தது..?"

"உங்களுக்கு ஒன்றுமில்லை.. நீங்கள் உங்கள் வொய்போடு வாழ்ந்து கொண்டிருக்கலாம்.. பட்.. என் ஹஸ்பெண்ட் என்னோடு வாழவில்-லையே.."

"வாட்..?"

"ஆமாம்.. அவர் மாளவிகாவைத்தான் காதலித் தாராம்.. அவங்-களை மறக்க அவரால் முடியவில்லையாம்.. என்னோடு வாழமாட்-டேன்னு சொல்லிவிட்டார்.."

வசந்தனுக்கு ஏனோ அவள் மேல் எரிச்சலாக வந்தது.. அவனுடைய மனைவியை வேறு ஒருவன் காதலிப்பதை இவள் வேலை மெனக்கெட்டு வந்து சொல்ல வேண்டிய அவசியமென்ன வந்தது என்று கோபப்பட்டான் அவன்..

"இது உங்கள் பிரச்னை இதை ஏன் என்னிடம் வந்து சொல்கி-றீங்க..?"

"இந்த நிலைமையில்.. உங்கள் வொய்ப்பை இவருடன் பேசிப் பழக-விட்டால் என் கதி என்னவாகும்..? நாளைக்கு உங்கள் கதிதான் என்-னவாகும்..?"

கோபத்துடன் அவளுக்கு ஏதோ பதிலைச் சொல்லப் போன வசந்தன்.. மாளவிகாவின் சிரிப்புச் சத்தத்தைக் கேட்டுத் திரும்பிப் பார்த்தான்.. பார்த்தவனின் முகம் மாறியது..

விஷால் எதையோ சொல்ல.. மாளவிகா வாய்விட்டுச் சிரித்துக் கொண்டிருந்தாள்..

"பார்த்தீங்களா.. இதுக்குத்தான் நான் சொன்னேன்.." மேகா வராத கண்ணீரை நாசூக்காகக் கைக்குட்டையால் ஒற்றி எடுத்தாள்..

விஷாலும் மாளவிகாவும் அருகே வரவும்.. மேகா சட்டென்று பேச்சை.. நிறுத்திக் கொண்டாள்..

மாளவிகா.. மேகாவின் கையைப் பிடித்துக் கொண்டு.. "நீங்க இரண்டு பேரும்.. கட்டாயம் ஊட்டிக்கு வரவேண்டும்.. உங்க ஹஸ்பெண்டை இன்வைட் பண்ணிட்டேன்.. உங்களிடமும் சொல்கிறேன்.." என்றாள்..

மேகாவின் பார்வை.. வசந்தனின் மீது தாவியது..

"என் ஹஸ்பெண்டை கூப்பிட்டுட்டிங்கல்ல.. நீங்க கூப்பிட்டால் அவர் வரமாட்டேன்னு சொல்ல மாட்டாரே.."

"எப்படிக் கண்டுபிடித்தீங்க..?"

"இதுக்கு ஆராய்ச்சியா பண்ணனும்..? தெரிந்த விசயம்தானே.."

"அவர் வருகிறேன்னு சொல்லியிருக்கிறார்.. நீங்களும் வாங்க.."

"அவர் வந்தால்.. நானும்கூட வராமல் இருப்பேனா..? உங்க ஹஸ்பெண்ட் கூடப்போகும் பழக்கம் உங்களுக்கு இல்லாம இருக்கலாம்... ஆனால்.. எனக்கு அது நிறைய இருக்கு.."

மேகா வசந்தனைப் பார்த்துக் கொண்டே மாளவிகாவைப் பேசிவைக்க.. விஷாலின் பார்வை கூர்மையாகியது..

"நேரமாச்சு மேகா.. போகலாமா.. பை.. மாளவிகா.. பை மிஸ்டர் வசந்தன்.." என்று விடை பெற்றுக் கொண்டு மேகாவை ஒருமுறை பார்த்துவிட்டு.. வாசலை நோக்கி நடந்தான்..

அவனுடைய கோபத்தை உணர்ந்தவளாக மேகா ஓட்டமும் நடையுமாக அவனைப் பின் தொடர்ந்தாள்..

"ஏன் மாளவிகாவிடம் அப்படிப் பேசினாய்..?" காரை ஓட்டிக் கொண்டிருந்த விஷாலின் முகம் இருகியிருந்தது..

"நான் சாதாரணமாகத்தானே பேசினேன்..?" மேகா பயந்தபடி பதில் சொன்னாள்..

"பொய் சொல்லாதே.. எனக்கு பொய் பிடிக்காது.. மாளவிகாவின் மேல் உனக்கு பொறாமை இருக்கிறது.. இல்லைன்னு சொல்லாதே.."

மேகா மௌனமாக இருந்தாள்..

"அவளோடு நடக்க இருந்த மேரேஜ் நின்று விட்டது.. இப்போது அவள் மிஸஸ் வசந்தன்.. நீதான் என் வொய்ப்.. உன்னோடு மனப்பூர்-வமாக நான் வாழ்கிறேனா இல்லையா..?"

"பட்.. ஒரு காலத்தில்.. அவளை நீங்க விரும்பனீங்க தானே..?"

"அதற்காக.. நீ அப்படிப் பேசுவியா..? மாளவிகா நல்ல பெண்.. நான்தான் அவளை விரும்பினேன்..

அவள் சாதாரணமாகத்தான் மேரேஜ்ஜிற்கு சம்மதித்தாள்.. அவளிடம் போய்.. எப்படிப் பேசி வைத்தாய்.. சை.."

விஷால் கோபப்பட்டான்.. மேகா அவனை உதாசீனப் படுத்தினாள்..

வசந்தன் கோபப்படவில்லை.. அதனால்.. மாளவிகா விற்கு அவன் எரிமலையை தனக்குள்ளே அடக்கிக் கொண்டிருப்பது தெரியாமல் போய்விட்டது..

41

தூக்கத்தில் புரண்டு படுத்த மாளவிகாவின் கை.. தன்னிச்சையாய் பக்கத்தில் தடவ.. படுக்கை வெறுமையாக இருந்தது.. உறக்கம் கலைந்து விழித்தவள்.. பக்கத்தில் பார்த்தாள்.. வசந்தன் இல்லை.. மணியைப் பார்த்தாள்.. அதிகாலை மணி.. ஆறு என்றது.. எழுந்து கொண்டாள்.. குளியலறைக்குள் புகுந்தாள்..

வழக்கமாக அவள் காபி கொண்டு வந்து கொடுத்தால்தான் கண் விழிப்பான் வசந்தன்..

அதுவும்.. அவள் கொஞ்சிக் கொஞ்சி.. எழுப்ப வேண்டும்.. நடைமுறை வழக்கம்.. ஏன் இன்று மாறுகிறது என்ற நினைவுடன் மாடிப்படி இறங்கியவள் திகைத்து நின்றாள்..

டைனிங் டேபிளில்.. அகிலாண்டம் காபியைக் கொடுக்க.. வசந்தன் வாங்கிக் குடித்துக் கொண்டிருந்தான்.. வசந்தனுடன் பேசியபடி திரும்பிப் பார்த்த அகிலாண்டத்தின் முகத்தில் ஏளனமும் அலட்சியமும் தெரிந்தன.. அதைக் கண்டு கொள்ளாமல் சமைய லறைக்குள் புகுந்த மாளவிகா.. காபி கோப்பையுடன் வெளியே வந்து.. வசந்தனின் எதிரே அமர்ந்தாள்..

"ஏன் சீக்கிரமாய் எழுந்துட்டீங்க..?" என்று கேட்டபடி.. எதுவும் நடக்காததைப் போல காபி குடிக்க ஆரம்பித்தாள்..

அகிலாண்டத்தின் முகம் விழுந்து விட்டது.. வசந்தன் அவளை நிமிர்ந்து பார்த்தான்.. பதில் சொல்லவில்லை.. மாளவிகா அதைக் கண்டு கொள்ளாத பாவனையுடன்.. தொலைக்காட்சியில்.. நியூஸ்சேனலைப் பார்க்க ஆரம்பித்தாள்..

குளியலறைக்குள் போகும்போது.. வசந்தனுக்கு.. மாளவிகாவிடம்.. சோப்போ.. டவலோ.. வேண்டுமென்று கேட்க வேண்டியிருக்கும்.. அந்தச்

சாக்கில் அவளோடு ஷவரில் நனைவது.. அவனுக்கு பிடித்தமான ஒன்று.. அன்று அவனுக்கு எதுவும் தேவைப்படவில்லை..

மாளவிகா உள்பட..

அவள் பரிமாற வருவதற்கு முன்னாலே.. அகிலாண்டம் பரிமாற அவன் சாப்பிட ஆரம்பிக்க.. மாளவிகா விழித்துக் கொண்டாள்..

'எதுவோ இருக்கிறது..' என்பதை அவளது உள்மனம் கண்டு கொண்டது..

இரவு வரை பல்லைக் கடித்தாள்.. இரவு வெகுநேரம் கழித்து.. அத்தனை நாள்களாக அவன் மறந்திருந்த மதுவாசனையோடு அருகில் வரவும்.. பொங்கியெழுந்து விட்டாள்.. யமுனாவின் உபதேசம் மறந்து போனது அவள் கடைபிடித்த பொறுமை பறந்து போனது..

"கிட்ட வராதீங்க.." என்று சீறினாள்..

"ஏன்..?" அவன் கண்கள் தீக்கனலாய் சிவந்திருந்தன..

"எனக்குப் பிடிக்கலை.."

"என்னைப் பிடிக்கலையா..?"

"எதுவும் பிடிக்கலை..?"

"அவனைப் பிடித்திருக்கா..?"

மாளவிகாவின் பார்வை கூர்மையாகியது.. அவனையே உற்றுப் பார்த்தாள்.. அவனது களைந்த தலையும்.. சிவந்த கண்களும்.. வேக மூச்சும்.. அவனா.. அவளுடைய வசந்தன் என்று அவளை நினைக்க வைத்தன..

"எவன் அவன்..?"

"ஏன்.. உனக்குத் தெரியாதா..?"

"தெரியாமத்தான் கேட்கிறேன்..? எனக்குத் தெரிந்த தெல்லாம் நீங்க மட்டும்தான்.. நீங்க ஒருத்தர் மட்டும் தான்.. அதைப்போல.. என்னைத் தெரிந்துக்கிட்டதும்.. நீங்க மட்டும்தான்.."

வசந்தனின் வேகம் கொஞ்சம் மட்டுப்பட்டது..

"அவன் ஏன்டி உன்னை நினைச்சுகிட்டு பெண்டாட்டியோடு வாழாமல் இருக்கிறான்..?"

"எவன்..?"

"அவன்தான்.. அந்த விஷால்.."

"ஓ.. அவரை நான் சென்னையில் பார்த்ததுதான்.. அப்போதே அதை மறந்துவிட்டேன்.. நீங்க.. நினைவில் சுமந்துகிட்டு இருக்கீங்க..?"

"அவன் பெண்டாட்டி சொன்னாளேடி.."

"என்ன சொன்னாள்..?"

"உன் பெண்டாட்டியை நினைச்சுக்கிட்டு.. என்னோடு என் புருஷன் வாழ மாட்டேன்கிறான்னு சொன்னாளே.."

"குட்.. புருஷன் பெண்டாட்டிக்கு இடையில் இருக்கும் உறவை அடுத்தவளின் புருஷனிடம் சொல்கிறவள் எப்படிப் பட்டவளாக இருப்பாள்..?"

"எனக்கு அதைப் பற்றிக் கவலையில்லை.."

"என்னைப் பற்றித்தான் உங்கள் கவலையென்றால்.. நான் கேட்பதற்கு பதில் சொல்லுங்கள்.. நான் உங்களுடன் வாழவில்லையா..?"

மாளவிகாவின் பார்வையின் வேகம் தாளாமல் வசந்தன் தடுமாறினான்..

"அது.. அது.. அது வந்து.."

"அதையும்.. கடமைக்காக வாழாமல்.. காதலாக வாழ்ந்தேனா.. இல்லையா..?"

மாளவிகா அவனுடன்.. உறவாடிய தருணங்கள் மனதில் வந்து போக.. வசந்தன்.. முகம் சுளித்தான்..

"நீ அவள் புருசனை ஊட்டிக்கு வான்னு கூப்பிடலையா..?"

"இல்லை.. நான் கூப்பிடவில்லை.. அவர்கள் ஹனிமூனுக்கு ஊட்டிக்கு வருவதாக இருப்பதாக விஷால் சொன்னார்.. நான் நம் எஸ்டேட்டிற்கு வரும்படி இன்வைட் பண்ணினேன்.. அதைக் கூட எதற்காக செய்தேன்னு தெரியுமா..?"

"எதற்காக..?"

"விஷாலின் பார்வையில் ஓர் பரிதாபம் தெரிகிறது.. அந்தப் பரிதாபம் தேவையில்லைன்னு சொல்லாமல் சொல்லத்தான் வரச்சொன்னேன்.. என் புருஷனும் உன்னைப்போல கோடீஸ்வரன்தான்.. உன்னைவிட நாங்கள் குறைந்தவர்களில்லைன்னு காண்பிக்கத்தான் வரச் சொன்னேன்.. அது தப்பா..?"

வசந்தனின் போதை முற்றிலுமாக மறந்துவிட்டது..

"மேகா சொன்னது பொய்.. விஷால் அவளுக்கு வைரநெக்லஸ் வாங்கிக் கொடுக்கத்தான் நகைக் கடைக்கு கூட்டிக் கொண்டு வந்திருக்கிறான்.. அவர்களின் பேச்சிலும்.. பார்வையிலும்.. அவர்களது சந்தோசமான வாழ்க்கை தெரிகிறது.. அவர்கள் சந்தோஷமாக வாழாமலா..

ஹனிமூனுக்கு வரப் போகிறார்கள்..?"

"அவள் அப்படிச் சொன்னாளே.."

"அடுத்த வீட்டுப் பெண்.. பெர்ஸனலாகப் பேசினால்.. காது கொடுத்துக் கேட்பதே முதல்தப்பு.. அவள் உங்க பெண்டாட்டியைப் பற்றி அவதூறாக பேசியிருக்கிறாள்.. அதைக் கேட்டுவிட்டு.. நீங்க இங்கே வந்து சாமியாடிப் பார்க்கறீங்களா..? இது அதைவிடப் பெரியதப்பு.."

"நீ மட்டும் அடுத்தவனின் ஹஸ்பெண்டோடு சிரித்துப் பேசலாமா..?"

"என்ன பேசினேன்.. எதற்குச் சிரித்தேன்னு உங்களுக்குத் தெரியுமா..? நீங்க ரொம்ப ஹேண்டசம்ன்னு விஷால் சொன்னார்.. ஆமான்னு சொன்னேன்.. என்னை நீங்க ஜெயித்துட்டீங்கன்னு சொன்னார்.. அதுதானே நிஜம்..? அதனால் ரசித்துச் சிரித்தேன்.."

"ஐ ஆம் ஸாரிடி.."

வசந்தன் அவளை நெருங்க.. மாளவிகா விலகினாள்..

"ப்ளீஸ்டி.."

"இல்லை அத்தான்.. இந்தக் கேள்விகளை யெல்லாம்.. நாம்.. நகைக்கடையிலிருந்து வந்தவுடனேயே.. நீங்க கேட்டிருக்கணும்.. அதை விட்டுட்டு.. அதை மனதில் போட்டு பூட்டிக்கிட்டு.. என்னைப் பழிவாங்க.. குடித்துவிட்டு கிட்ட வருகிறீங்க பாருங்க.. இதை என்னால் மன்னிக்க முடியாது.. என் மீது கோபம் வந்தவுடனே.. உங்க பாட்டி கையில்.. காபி குடிச்சு.. சாப்பாடு சாப்பிடனும்னு நினைச்சீங்க பாருங்க.. அதை என்னால் மறக்க முடியாது.."

மாளவிகா.. அவனைப் புறக்கணித்தாள்..

42

காலையில்.. எழுந்ததும்.. மாளவிகா.. வழக்கம் போல் பக்கத்தில் பார்க்க.. வசந்தன் கண்மூடிப் படுத்திருந்தான்.. முதல் நாளிரவின் நிகழ்வின் நினைவில்.. அவள் மனம் கடுக்க எழுந்து கீழே சென்றாள்.. அவள் தீர்மானமாகப் பேசி.. விலகிப் படுத்த பின்னால்.. வசந்தன் அவளது வார்த்தைகளுக்கும்.. கோபத்திற்கும்.. மதிப்புக் கொடுத்து.. அவளிடம் இருந்து விலகி நின்றதை நினைத்து மனதிற்குள் ஆச்சரியப்பட்டுக் கொண்டாள்..

அதுநாள் வரையில் அவன் அப்படியிருந்ததில்லை.. அவளது வெறுப்பை லட்சியம் பண்ணாமல் அவளோடு.. முதலிரவைக் கொண்டாடியவன் தானே..

'எப்படி.. இப்படியிருக்கிறான்..?' என்ற நினைவுடன்.. காபி கலந்து குடித்தாள்..

அவனுக்குக் காபி கொண்டு போக வேண்டுமே.. என்ற நினைவு வந்தபோது.. முதல் நாள் நினைவுக்கு வந்துவிட..

'இந்த சூன்யக்காரியின் கையிலேயே குடிக்கட்டும்..' என்று விட்டு விட்டாள்..

ஆனால்.. நேரம் செல்லச்செல்ல.. அவன் கீழே இறங்கி வராமலே இருக்க.. அவளின் கவலை அதிகரித்தது..

'இன்னும் காபி கூடக் குடிக்கலையே..'

காலை டிபன் சாப்பிட.. டைனிங் டேபிளுக்கு வந்துவிட்ட பிரசன்னா..

"வசந்த் எங்கேம்மா..?" என்று மாளவிகாவிடம் கேட்டுவிட்டான்..

அவள் வேறு வழியில்லாமல்.. காபியோடு மாடிக்கு விரைந்தாள்.. அப்போதும் எழுந்து கொள்ளாமல் படுத்திருந்தவனிடம்..

"காபி கொண்டு வந்திருக்கிறேன்.." என்றாள்..

அவனிடமிருந்து பதில் வராமல் போக.. பதட்டத்துடன் அவன் நெற்றியில் கைவைத்துப் பார்த்தாள்.. அவள் கையை.. அவனது கை இறுக்கிப் பிடித்தது.. அவன் கண் திறந்து அவளைப் பார்த்தான்..

"என்னைத் தொடாதேன்னு சொன்னாயே.. இப்ப.. நீயேண்டி என்னைத் தொடுகிற..?" என்று கேட்டான்..

"கையை விடுங்க.."

"முடியாது.."

"காபியைக் குடித்துவிட்டு.. கீழே வாங்க.. மாமா சாப்பிட வந்துவிட்டார்.."

"முதலில்.. நீ.. நேற்றைக்கு மறுத்ததைக் கொடு.. மற்றதெல்லாம் பிறகுதான்.."

"இது என்ன பிடிவாதம்..?"

"பிடிவாதம்தான்.. நீ மறுத்தேன்னு வை.. எனக்கு காபி சாப்பாடு.. எதுவும் வேண்டாம்.. இந்த ரூமை விட்டு நான் வெளியே வரமாட்டேன்.."

"பிளாக் மெயிலா..?"

"பிளாக் மெயில்தான்..?"

"அதுதான் உங்களுக்கு கைவந்த கலையாச்சே.. சத்தியத்தை சொல்லி.. பிளாக் மெயில் பண்ணி.. என் அப்பாவை பணிய வைச்சீங்க.. இப்ப என்னைப் பணிய வைக்க.. இந்த பிளாக்மெயிலா..?"

வசந்தன்.. அவளை இழுத்து.. அணைத்துக் கொண்டு அவள் முகம் பார்த்துக் கேட்டான்..

"நான் தாயில்லாத குழந்தைடி.. அன்பு.. பாசம்.. காதல்.. எல்லாமே.. உன்கிட்டே இருந்ததுதான் எனக்கு கிடைச்சது.. அது இல்லாம என்னால் இருக்க முடியாது..

நீ என்னை வெறுப்பியா..?"

அவன் கேட்ட விதத்தில் மாளவிகா அழுதுவிட்டாள். கோபத்துடன் அவனது மார்பில் கைகளால் குத்தியவள்..

"இப்படிச் சொல்கிறவர்தான்.. நேற்றைக்கு.. உங்க பாட்டி கையில் காபி குடித்து.. சாப்பிட்டீங்களா..?" என்று பொருமினாள்..

அவனுக்கு அவள் கையில்.. காபி கொடுத்து.. சாப்பாடு பரிமாற முடியாத கோபம்தான் அவளுக்கு முதன்மையாக இருக்கிறது என்பதை

அறிந்து கொண்டவனின் கண்கள் மின்னின..

'என்மேல் இவளுக்கு இவ்வளவு ஆசையா..?'

"பகலில் பிலிம்.. காட்டியவன்.. நைட்டில் உன்னைத் தேடி வந்தேனா இல்லையா..?" என்று கேட்டான்..

"குடித்துவிட்டு வந்தீங்க.. பர்ஸ்ட் நைட்டிலும்.. இப்படித்தான்.."

"அது வந்து.. மாளவிகா.." அவன் தடுமாறியதும்.. அவளுக்கு ஒன்றும் புரியவில்லை..

"என்ன..?" என்று புரியாமல் வினவினாள்..

"எனக்கு உன்னை சின்ன வயதிலிருந்தே பிடிச்சுத் தொலைக்கும்டி.." என்று அவன் கூறியதும்.. அவளுக்கு வியப்பாகி விட்டது..

"பொய்.." என்றாள்..

"மெய்.." என்றவன்.. அவளது கன்னத்தில் ஆசையாக முத்தமிட்டான்..

"அப்படியிருந்தால்.. ஏன் என்னைத் தேடி வரவில்லை..?"

"உன் அப்பாவின் மேல் இருந்த கோபம்தான் காரணம்.. பட்.. நான் வேறொன்றை நினைத்தேன்.."

"என்ன நினைத்தீங்களாம்..?"

"உன் அப்பாவிற்கு என் அம்மாவின் மேல் பாசம் அதிகம்.. எப்படியும் உன்னை எனக்குத்தான் மேரேஜ் பண்ணிக்கொடுக்க நினைப்பாருன்னு நினைச்சேன்.. அப்படி அவர் கேட்டு வரும்போது.. நன்றாக நாக்கை பிடுங்கிக் கொள்வதைப் போல.. நான்கு கேள்விகளை கேட்டுவிட்டு உன் கழுத்தில் தாலியைக் கட்டணும்கிறது என்னுடைய எண்ணம்.. உன் அப்பாவும் ஒருநாள் வந்தார்.. உன் கல்யாண இன்விட்டேஷனை கையில் எடுத்துக் கொண்டு.. எனக்கு.. எப்படியிருந்திருக்கும்..? ஏற்கெனவே இருந்த வன்மத்தோடு இந்த வன்மமும் சேர்ந்து கொள்ள, திட்டமிட்டு உன் கல்யாணத்தை நிறுத்தினேன்.."

மாளவிகாவிற்கு என்ன சொல்வதென்றே புரிய வில்லை..

"நான் ஹீரோதாண்டி.. என் தாய் உயிரோடு இல்லை. அதனால் வில்லனாக மாற வேண்டியதாகி விட்டது.. தாலிகட்டி விட்டேன்... பர்ஸ்ட் நைட்டில் உன்னை வற்புறுத்த மனத் தைரியம் வேண்டாமா..? அதனால் அன்றைக்கு குடித்தேன்.."

"நேற்றைக்கு..?"

"உன்னோடு.. சண்டையும் போடணும்.. அதே சமயம் நீயும் எனக்கு வேணும்ன்னா.. வேறு என்ன வழியிருக்கு..? இப்பச் சொல்லுடி.. என்னைப் பார்த்தால்.. உனக்குப் பாவமாக இல்லையா..?"

அப்டிக் கேட்டவனின் கண்களில் விசனம்.. இருக்க.. அவனைப் பார்த்த மாளவிகாவிற்குக் காதலாக இருந்தது.. அவள் கண்மூடி.. முதல் நாள் இரவில் மறுத்ததைக் கொடுத்தாள்..

பூஞ்செடிகளின் மத்தியில் இருந்த.. பூங்கொடியின் சமாதிக் கோவில் பளிங்குக் கல்லால் கட்டப்பட்டிருந்தது.. அது பிரசன்னா.. தன் காதல் மனைவிக்கு தன் எஸ்டேட்டின் உள்ளே கட்டிய தாஜ்மஹால்..

சங்கர் கண்கலங்கி.. தங்கையின் சமாதியருகே உட்கார்ந்துவிட.. யமுனா.. மாளவிகாவின் மகனைத்

தூக்கிக் கொண்டு.. பூஞ்கொடியின் மத்தியில் வலம் வந்தாள்.. பிரசன்னா.. மனைவியின் ஓவியத்தை பார்த்துக் கொண்டிருந்தான்..

சற்றுத்தள்ளி நின்று கொண்டிருந்த மாளவிகா.. பேரனின் பின்னால் ஓடிக் கொண்டிருந்த தாயைப் பார்த்து சிரித்து வைக்க..

"என்னடி சிரிக்கிறாய்..?" என்று கேட்டான் வசந்தன்..

"அது சரி.. அடுத்த வீட்டு ஆண்பிள்ளைகள் கூடப் பேசிச் சிரித்தால்தான்.. தப்பு.. உங்க மகன்.. என்னோட அம்மாவை படுத்துகிற பாட்டைப் பார்த்துச் சிரித்தாலும் தப்பா..?" மாளவிகா சண்டைக்கு வந்தாள்..

"உனக்கு சண்டைபோட ஆளில்லைன்னா.. நான் தான் கிடைத்தேனா.. இரு.. இரு.. சொந்தக் கிராமத்துக்குப் போய்விடுன்னு அனுப்பிவிட்ட அகிலாண்டப் பாட்டியை வரச் சொல்கிறேன்.."

"அப்படி அவங்க வந்தாங்கன்னா.. நான்.. உங்க மகனோட பாட்டிகூட சென்னைக்கு போய் விடுவேன்.."

"போயிருவியா.. என்னை விட்டுட்டு.. போயிடுவியா.. உன்னைக் கட்டி வீட்டில் போட்டுவிட மாட்டேனா..?"

"எதால் கட்டுவீங்க..? கயிறாலா..? இரும்புச் சங்கிலியாலயா..?"

"என் கையாலடி.."

வசந்தன் அவளைக் கட்டி வாசம் பார்க்க..

"அதுதானே பார்த்தேன்.. உங்களுக்கு என்னைக் கட்டிக் கொள்ள இது ஒரு சாக்கு.." மலர்ந்து சிரித்தாள் மாளவிகா..

அவர்கள் அனைவரையும்.. ஓவியத்திலிருந்து புன்னகையுடன் பார்த்துக் கொண்டிருந்த பூங்கொடியின் முகத்தில்.. வாழும் காலத்தில் கிடைக்காத நிம்மதி.. இறந்தபின் கிடைத்துவிட்ட நிறைவு தெரிந்தது..

அந்திவானத்தில் பறவைகள்.. இரைதேடி முடித்து கூட்டுக்குத் திரும்பின.. அவர்களும் வீட்டிற்குத் திரும்பினார்கள்..

- முற்றும் -

www.ingramcontent.com/pod-product-compliance
Lightning Source LLC
LaVergne TN
LVHW100246051026
849517LV00006B/2016
* 9 7 9 8 8 8 9 5 1 7 3 6 8 *